ரோஜா

கிழக்கு பதிப்பக வெளியீடுகளாக சுஜாதாவின் புத்தகங்கள்

மீண்டும் ஜீனோ
நிறமற்ற வானவில்
நில்லுங்கள் ராஜாவே
தீண்டும் இன்பம்
ஆஸ்டின் இல்லம்
அனிதாவின் காதல்கள்
நைலான் கயிறு
24 ரூபாய் தீவு
அனிதா இளம் மனைவி
கொலை அரங்கம்
கமிஷனருக்கு கடிதம்
அப்ஸரா
பாரதி இருந்த வீடு
மெரீனா
ஆர்யபட்டா
என் இனிய இயந்திரா
காயத்ரி
ப்ரியா
தங்க முடிச்சு
எதையும் ஒருமுறை
ஊஞ்சல்
ஓரிரவில் ஒரு ரயிலில்
மீண்டும் ஒரு குற்றம்
விக்ரம்
நில், கவனி, தாக்கு!
வாய்மையே சில சமயம் வெல்லும்
ஆ..!
வசந்த காலக் குற்றங்கள்
சிவந்த கைகள்
ஒரே ஒரு துரோகம்
இன்னும் ஒரு பெண்
6961
ஜோதி
மாயா
ரோஜா
ஓடாதே
மேற்கே ஒரு குற்றம்
விபரீதக் கோட்பாடு
ஐந்தாவது அத்தியாயம்
மலை மாளிகை
விடிவதற்குள் வா
மூன்று நாள் சொர்க்கம்
பத்து செகண்ட் முத்தம்
கம்ப்யூட்டர் கிராமம்
இளமையில் கொல்
மேகத்தை துரத்தியவன்
ஒரு நடுப்பகல் மரணம்
நகரம்
இதன் பெயரும் கொலை
மண்மகன்
தப்பித்தால் தப்பில்லை
விழுந்த நட்சத்திரம்
முதல் நாடகம்
ஆட்டக்காரன்
ஜன்னல் மலர்
என்றாவது ஒரு நாள்
வைரங்கள்
மேலும் ஒரு குற்றம்
சொர்க்கத் தீவு
கனவுத் தொழிற்சாலை
ஆயிரத்தில் இருவர்
பதினாலு நாட்கள்
உள்ளம் துறந்தவன்
பிரிவோம் சந்திப்போம்
கரையெல்லாம் செண்பகப்பூ
இரண்டாவது காதல் கதை
நிர்வாண நகரம்
குருபிரசாதின் கடைசி தினம்
இருள் வரும் நேரம்
திசை கண்டேன் வான் கண்டேன்
ஆழ்வார்கள் - ஓர் எளிய அறிமுகம்
தேடாதே
விருப்பமில்லாத் திருப்பங்கள்
விரும்பிச் சொன்ன பொய்கள்
கை
ஆதலினால் காதல் செய்வீர்
நூற்றாண்டின் இறுதியில் சில சிந்தனைகள்
அப்பா, அன்புள்ள அப்பா
மிஸ். தமிழ்த்தாயே, நமஸ்காரம்!
சிறு சிறுகதைகள்
வாரம் ஒரு பாசுரம்
வானத்தில் ஒரு மௌனத்தாரகை
கடவுள் வந்திருந்தார்
அனுமதி
ஓலைப் பட்டாசு
சேகர், சிங்கமய்யங்கார் பேரன்
கம்ப்யூட்டரே ஒரு கதை சொல்லு
டாக்டர் நரேந்திரனின் வினோத வழக்கு
நிஜத்தைத் தேடி
பாதி ராஜ்யம்
சில வித்தியாசங்கள்

ரோஜா

சுஜாதா

கிழக்கு

ரோஜா
Roja
Sujatha
Sujatha Rangarajan ©

First Edition: August 2010
56 Pages
Printed in India.

ISBN 978-81-8493-518-9
Kizhakku - 524

Kizhakku Pathippagam
177/103, First Floor,
Ambal's Building, Lloyds Road,
Royapettah, Chennai 600 014.
Ph: +91-44-4200-9601

Email : support@nhm.in
Website : www.nhm.in

Cover Image: Shutterstock

Kizhakku Pathippagam is an imprint of New Horizon Media Private Limited

This book is sold subject to the condition that it shall not, by way of trade or otherwise, be lent, resold, hired out, or otherwise circulated without the publisher's prior written consent in any form of binding or cover other than that in which it is published and without a similar condition including this the rights under copyright reserved above, no part of this publication may be reproduced, stored in or introduced into a retrieval system, or transmitted in any form or by any means (electronic, mechanical, photocopying, recording or otherwise), without the prior written permission of both the copyright owner and the above-mentioned publisher of this book.

துரை லட்சுமியைப் பின்புறமாக அணுகினான். காற்றின் ஓசை, ஓடையின் சலசலப்பு இவற்றுக்கிடையில் அவளுக்கு அவன் வரும் சத்தமும் செருப்பு, காய்ந்த இலைகளில் மிதிக்கும் சத்தமும் கேட்கவில்லை. மிக அருகில் வந்து பின்னால் நின்றான்.

லட்சுமிக்கு முதுகில் குறுகுறுத்திருக்க வேண்டும். சட்டென்று திரும்பினாள். துரை நிற்கிறான். அவள் நனைந்த மார்பில் அவன் பார்வை தயங்குகிறது. விருட்டென்று தன் துணிகள் அத்தனையையும் அள்ளிக்கொண்டு ஒரே பாய்ச்சலாகப் பாய்ந்தாள்.

ரோஜா

A Police Officer must hit the exact line between excess and failure of duty and its guilty of criminal neglect if he fails to judge rightly.

Wade and Philips,
Constitutional Law

ராஜா இறந்து போய் ரத்தம் சிந்தும் இடத்தில் ரோஜா மிகச் சிவப்பாகப் பூக்கும் என்று எண்ணுகிறேன்.

-உமர் கய்யாம்

பெரிய பள்ளம்: ஒரு முன்னுரை

பெரிய பள்ளம் டவுனாக முயற்சி செய்துகொண்டிருந்த கிராமம். அதில் வி.கே.எஸ். கோ-ஆபரேடிவ் ஷுகர் மில்ஸ் என்ற சர்க்கரை ஆலை இருந்தது. புழக்கத்தில் 'கோப்ரேட்டி' என்று அழைக்கப்பட்ட அந்த ஆலையின் வருகையால் பெரிய பள்ளத்தில் மாறுதல்கள் ஏற்பட்டன. டூரிங் டாக்கீஸ், விவித பாரதியின் தினசரி இரைச்சல், டவுனுக்கு மணிக்கு ஒரு தடவை பஸ், அண்ணா நூலகம், கடவுள் இல்லை கட்சிக் கொடிகள், லோகல் பண்ட் ஆஸ்பத்திரி, கவிழ்ந்த முக்கோணங்கள், அகர்சந்த் அடகுக் கடை,

ஒரு நடுநிலைப் பள்ளி, பஞ்சாயத்து யூனியன் தலைவரின் வீட்டுத் தாழ்வாரத்தில் வழவழவென்ற சிமெண்ட் தளம், ரிகார்ட் டான்ஸ், பெட்ரோமாக்ஸ் வெளிச்சத்தில் வியாழக்கிழமை தோறும் பிளாஸ்டிக் சாமான்களும் பஞ்சு மிட்டாயும் வண்ண வண்ணச் சீலைகளும் மாட்டுத் தீவனமும் விற்கும் சந்தை.

பெரிய பள்ளத்தில் பெரும்பாலான மக்களுக்கு ஆதாரம் உழவே. நெல் நெல் என்று சுற்றிலும் பச்சை விகசித்த சூழ்நிலையை ஆலையின் கரும்புப் பசி மாற்றி விட்டது. கரும்பு தந்த துரிதக் காசினால் அவர்களிடம் நாகரிகம் புழங்க ஆரம்பித்து விட்டது. சட்டை இல்லாமல் உழுதவர்கள் காக்கிச் சட்டை அணிந்து ஆலைக்குச் சென்றார்கள். சினிமா பார்த்தார்கள். பேசினார்கள். செய்தித்தாள் படித்தார்கள். தொழிற்சங்கம் அமைத்தார்கள். எனவே:

முதல்தினம்
மாலை 4.30

ஆலைக்கு வெளியே கொடி நட்டுத் தாற்காலிக மேடை அமைக்கப்பட்டிருந்தது. ஒலி பெருக்கி, 'பச்சைக் கிளி!' என்று உலகம் சுற்றிய வாலிபத் தனமாக அலறியது. சுற்றிலும் சில சில்லறைச் சிறுவர்களுடன் சோம்பேறித்தனமாக ஒரு கும்பல் சேர ஒரு பொதுக்கூட்டத்தின் ஆரம்ப நிலையில் இந்தக் கதை தொடங்குகிறது.

'இன்று துரை பேசுவார்' என்று போஸ்டர் அறிவித்தது. துரை வருவதற்குமுன் ஒருவன் டேப் அடித்துப் பாடிக் கொண்டிருந்தான். கூட்டம் மெதுவாகச் சேர்ந்துகொண்டிருந்தது. ஆலை ஷிப்ட் முடிந்ததும் வெளிவரும் தொழிலாளிகளை மடக்கி மடக்கிச் சேர்த்துக் கொண்டிருந்தார்கள். எல்லோரும் துரையின் பேச்சைக் கேட்கத்தான் குந்தியிருந்தார்கள். துரை மேடையில் இல்லை. டேப் முடிந்ததும் ஒரு ஜிப்பா ஆசாமி, 'தாய்மார்களே! நண்பர்களே!' என்று மைக்கைப் பற்றிக்கொண்டு தன் ஆவேசத்துக்குத் தூண்டில் போட்டுக்கொண்டிருந்தான்.

அப்போது ஒரு ஜீப் வந்து நிற்க, 'அதோ பார்றா துரை!' என்று கூட்டத்தைச் சுற்றிச் சலசலப்பு ஏற்பட்டது. கூட்டம் சற்று இறுகலாயிற்று. துரை படிய வாரிக்கொண்டு ஜிப்பா தொள தொள என்று அணிந்து கொண்டிருந்தான். இருபத்தி எட்டு

வயதிருக்கும். அடர்த்தியான கேசம். கன்னத்தில் படர்ந்த கிருதா, கழுத்தில் தெரியும் தங்கச் சங்கிலி. அவன் கண்கள் கலங்கி இருந்தன. காரணம் சற்றுமுன் அவசரமாக விழுங்கிய சாராயம். அது இல்லாவிட்டால் துரைக்குப் பேச வராது.

துரை தன் நாற்காலியில் உட்கார்ந்துகொண்டு எதிரே பொதுக் கூட்டத்தை நோக்கினான். அங்கங்கே நின்று கொண்டிருந்தவர் களை அமுக்கி அமுக்கி உட்கார வைத்துக்கொண்டிருந்தார்கள். ஜிப்பா பேச்சாளரின் சிலப்பதிகாரம் தடைப்பட்டு 'இத்துடன் என் சிற்றுரை'யை முடித்துக் கொண்டார்.

துரை தன் அருகில் இருந்த யூனியன் காரியதரிசி பெருமாள் என்பவருடன் பேசினான். இருவரும் சிரித்தனர். துரையின் பற்கள் வரிசையாக, துல்லியமாக இருந்தன. கண்களில் கயமை தெரிந்தது.

துரைக்குக் கட்சி கிடையாது. துரை ஒரு பேச்சுக்குப் போக வரச் செலவு போக நூறு ரூபாய் வாங்குவான். அரசியல் அவன் தொழில்; அவன் ஆயுதங்கள் வார்த்தைகள். கல் தோன்றி மண் தோன்றாக் காலத்திலிருந்து ஆரம்பித்த தமிழர் நாகரிகம் அவனுக்குச் சாராயக் காசு தந்தது. திருக்குறள், சங்க காலம், புரட்சிக் கவிஞர், எதுகை ததும்பும் தமிழ், நம் முன்னோர்களின் கற்பு, பொற்பு இவையெல்லாம் அவனுக்குச் சோறு போட்டன. இருட்டில் நிழலான இடங்களில் அழகான பெண்களைத் தேடி அலைய வாய்ப்பளித்தன.

துரை ஒரு திறமையான அரசியல் வேசி அல்லது வேசன். அவன் பேச்சைக் கேட்கலாமா? நம் கதைக்குத் தேவை உள்ள வரையில் கேட்கலாம்.

கனைத்துக் கொள்கிறான். மைக்ரோபோனின் ஃபீட்பாக் சீட்டி தொடங்குகிறது. ஒலிபெருக்கி ஆசாமியை முறைத்துப் பார்க் கிறான். அவன் சீர்படுத்தும்வரையிலும் காத்திருக்கிறான். மைக்கைத் தன் உயரத்துக்கு ஏற்பச் சரி செய்துகொள்கிறான். சற்று நேரம் மௌனம் நிலவுகிறது. சுற்றிலும் 'ஆ' என்று வாய் திறந்து அவன் பேசக் காத்திருக்கும் மக்களை நோக்குகிறான்.

'நாடு வாழ்க!' என்கிறான். 'தலைவர் அவர்களே பெரியோர்களே! தாய்மார்களே!' - இவை எல்லாம் கிடையாது.

'இன்று தண்டலம் கிராமத்தின் வழியாக வந்தேன்! கரும்பு காற்றில் அசைவதைப் பார்த்தேன். கரும்பின் இனிமையை யோசித்தேன். அது நமக்கு எதிரே நிற்கும் ஆலையின் சக்கரங் களுக்கு இடையில் அகப்பட்டுச் சக்கையாகப் பிழியப்பட்டு நம் நாடு இனிக்க இன்னுயிர்த் தியாகம் செய்வதை யோசித்தேன். அது செங்கரும்பு. மற்றொரு கரும்பு இருக்கிறது. அதுவும் ஆலையில் பிழியப்படுகிறது. தினம் தினம் பிழியப்படுகிறது. இந்தக் கரும்பில் இருப்பது சர்க்கரை இல்லை, ரத்தம். அந்தக் கரும்பு வயலில் நடப்பட்ட கரும்பல்ல, வீட்டுக் கரும்பு. நீங்கள்...'

துரை தன் சட்டையை மடக்கிக்கொண்டான். அவனுக்கு ஆவேசம் பிறந்துவிட்டது. துரையின் குரல் ஆழமானது. அதற்கு அவன் தந்த ஏற்ற இறக்கங்களும் லய வின்யாசங்களும் அந்தக் கூட்டத்தை ஒருவித மோகத்தில் ஆழ்த்தி முழுவதும் கட்டுப் படுத்தியது. அவர்கள் உள்ளத்தில் முதலாளி வர்க்கம் பெரிதாகச் சவுக்கும் கையுமாக உருவெடுத்தது. டைரக்டரின் காரில் பெட்ரோலுக்குப் பதில் அவர்கள் ரத்தம் ஓடியது. துரை சொன்ன தெல்லாம் அந்தக் கணத்துக்குச் சத்தியங்களாயின.

துரை அந்தக் கூட்டத்துக்கு வந்திருப்பது அந்த ஆலையில் நான்கு நாட்களில் யூனியன் சார்பில் நடைபெறப் போகும் வேலை நிறுத்தத்துக்கு ஆள் பக்க பலம் சேர்ப்பதற்கு. அந்த ஆலையின் தொழிலாளர் யூனியன் பெரும்பான்மையினரை அங்கத்தினராகச் சேர்க்க மிகவும் முயன்றுகொண்டிருந்தது. சந்தா கொடுக்கும் அங்கத்தினர் எண்ணிக்கை சட்ட எல்லைக்குக் குறைவாக இருந்தது. அதன் சக்தியை நிரூபிக்க ஒருவித பலப் பரீட்சைக்காக வேலை நிறுத்தம் தேவையாக இருந்தது. அதற்காக மேனேஜ் மெண்டுக்கு அளிக்கப்பட்ட நோட்டீஸை மேனேஜ்மெண்ட் நிராகரித்துவிட்டது. நோட்டீஸ் சட்ட விரோதமானது; டிரிப்யூன லில் தீர்த்து வைக்க வேண்டிய கோரிக்கைகள் என்று!

இவையெல்லாம் தொழிற்சங்கச் சிக்கல்கள். நிச்சயம் இந்தக் கதை அவை பற்றி இல்லை. துரை எப்படியாவது அந்த வேலை நிறுத்தத்தை வெற்றிகரமாகச் செய்து காட்டுகிறேன் என்று சவால் ஏற்றுக் காசு வாங்கியிருக்கிறான். அதற்கான முதல் முஸ்தீபாக நிகழ்ந்த அந்தக் கூட்டம் நிறைவேறியபின் துரை செய்ததும் கவனத்துக்கு உட்பட்டிருக்கிறது.

எல்லாரையும் திட்டி விட்டுத் தேசிய கீதம் பாடப்பட்டு, கூட்டம் இனிதே முடிந்தது.

துரை மாலையைச் சுமந்துகொண்டு, செண்டை முகர்ந்து கொண்டு தன் சிஷ்யன் பன்னா என்கிற பத்மநாபனுடன் ஜீப்பில் ஏறிக் கொண்டான். (ஜீப் துரையின் சிநேகிதன் எம்.ஏ. வேலுச்சாமி என்கிற ஒயின் வியாபாரியினுடையது). யூனியன் காரியதரிசி கவருக்குள் ரூபாய் வைத்து அவன் கையில் கொடுக்க, துரை அதைக் கண்ணில் ஒற்றிக்கொண்டான்.

'நல்லாப் பேசினீங்க!'

'கவலைப்படாதீங்க! பதினெட்டாம் தேதி ஒரு ஈ உள்ளே நுழையாமல் நான் பார்த்துக்கறேன்!'

'போலீஸ்காரங்ககிட்ட ஏற்கெனவே அவங்க சொல்லிட்டாங்க. தினம் ஷிப்ட் முடியறபோது வேனில் வந்து பதினைஞ்சு பேர் நிக்கறாங்க. 144 கொண்டு வந்தாலும் கொண்டு வருவாங்க!'

'ரொம்ப சந்தோஷம்! பெருமாள், நீங்க புதுசு. நான் இந்த மாதிரி எத்தனையோ பார்த்திருக்கேன். இந்த ஏரியா எஸ்.ஐ. யாரு?'

'ராஜசேகரன்னு ஒருத்தரு புதுசா மாத்தி வந்திருக்காரு. சின்னப் பையன்தான். கூட்டத்திலே நின்னுக்கிட்டு இருந்தாரே இன்ஸ் பெக்டரு.'

'கவனிக்கலை. அப்புறம் பெருமாள், இப்படிக் கொஞ்சம் வாங்க!'

துரை ஜீப்பிலிருந்து இறங்கித் தனியாகப் பெருமாளுடன் நடந்தான். கொஞ்சம் குரலை இறக்கி, 'பதினெட்டாம் தேதி தேவை இருந்தால் ஒரு ஐம்பது ஆளுக்கு பந்தோபஸ்து செஞ்சுக்கலாம். கள்ளப் பசங்க, நல்லா கட்டுமஸ்தா உடம்பை வைச்சிருப்பாங்க' என்றான்.

'எதுக்கு?'

'எதுக்கா... என்ன இப்படிக் கேட்கறீங்க? மேனேஜ்மெண்ட் என்ன செய்வாங்க தெரியுமா? அன்னிக்கு வேலைக்கு வரேன்னு சொல்றவங்களையெல்லாம் வண்டி வைச்சு அளைச்சுக்கிட்டுப் பின் வழியா கொண்டுவந்துடுவாங்க. ஒரு அஞ்சாறு கல்லாவது வீச வேண்டும்?'

'அதெல்லாம் தேவை இருக்காதுன்னு நினைக்கிறேன். அமைதியாகவே நடத்தலாம். உங்க பேச்சிலே அவங்களுக்குச் சூடு ஏறி இருக்கும்.'

'உங்களுக்குத் தொழிலாளர்களைத் தெரியாதுன்னு தெரியுது. பெருமாள், சூடு சட்டுன்னு ஆறிடும். நாளைக்கே மேனேஜ்மெண்ட் தமிழிலே எழுதி நோட்டீஸை ஒட்டுவான். டேய்! அவன் சொல்றதும் நியாயம்தாண்டா, போயிடலாம்னு டிபன் பாக்ஸை எடுத்துக்கிட்டுக் கிளம்பிடுவாங்க. அவர்களுக்குக் கொஞ்சம் பயம் ஏற்படுத்தணும். அப்புறம் பஸ் ஸ்டாண்டில் ஒரு கூட்டம் வைச்சுக்கணும். அப்புறம் சின்னப் பசங்களை விட்டுச் சுவத்திலே ராவோட ராவா பெரிசா எழுதச் சொல்லுங்க. '18-ம் தேதி ஆலைக்குச் சென்றால் உன் மனைவி தாலி அறுபடும்'னு.'

'இதிலே ரொம்ப அனுபவம் உள்ளவர் போலிருக்கு நீங்க?'

'எதிலே, தாலி அறுக்கிறதிலியா?' என்று கேட்டுச் சிரித்தான்.

'இல்லை. வேலை நிறுத்தங்களிலே...'

'பதினெட்டு வேலை நிறுத்தங்கள் நடத்தி வைச்சிருக்கேன்... ஒரு எஸ்.பி. என்னால அந்தமானுக்கு மாத்திட்டுப் போயிட்டான். போலீஸ்காரங்க என்னைக் கண்டா நடுங்குவாங்க. துரை வரான்னா கொஞ்சம் ஒதுங்கிக்குவாங்க. இவருதான் ராஜசேகரனா? நம்மைப் பார்க்கத்தான் வராரு!'

பெருமாள் திரும்பிப் பார்க்க இன்ஸ்பெக்டர் ராஜசேகரன் அவர்களை அணுகுவதைக் கவனித்தான். 'இவருதான் புதுசு. கொஞ்சம் முறைப்பு அதிகம். கார்வார் அதிகம். வணக்கங்க.'

ராஜசேகரன் மிகவும் சலவை செய்து விறைப்பான யூனிஃபாரம் அணிந்து அப்போதுதான் குளித்தவர் போல துல்லியமாகத் தோன்றினார். அவர் மூக்கு முகத்தில் பிரதானமாக இருக்க சிறிய கண்களும் அடர்த்தி மிகுந்த புருவமும் ஊடுருவும் பார்வையுமாக, போலீஸ் அதிகாரத்தின் சந்நிதானம் அவரைச் சூழ்ந்திருந்தது.

'நீங்கதானே செக்ரட்ரி?' அவர் துரையைக் கவனிக்கவில்லை.

'ஆமாம்.'

'உங்களுக்கு மீட்டிங் நடத்தறதுக்கு இந்த இடத்திலேயா பர்மிஷன் கொடுத்திருந்தது?'

பெருமாள் சற்று மென்று விழுங்கினான்.

'உங்களுக்குக் கொடுத்திருந்தது தொழிற்சாலையிலிருந்து ஐந்நூறு அடிகள் தள்ளி! இங்கே வைச்சுக்கினீங்க. அதுக்காகவே உங்களைக் கைது பண்ணலாம். நீங்க கூட்டம் வையுங்க, பேசுங்க, திட்டுங்க, அதைப் பற்றி எனக்குக் கவலை இல்லை. டிராஃபிக் முழுக்க நின்னு போச்சு. நாற்சந்தியிலே ஜனங்களை வைச்சு அடைச்சிட்டீங்க.'

'இன்ஸ்பெக்டர்! கூட்டம் அமைதியா நடந்ததுன்னு நீங்க சந்தோஷப்படணும், தெரியுமா?' என்றான் துரை.

'நான் உங்ககிட்டே பேசலை!' என்றார் ராஜசேகரன் கடுமையாக.

'நான் உங்ககிட்டதான் பேசறேன்!' என்றான் துரை.

ராஜசேகரன் இப்போது அவனை முழுதும் பார்த்தார்.

இருவர் பார்வைகளும் சந்தித்துக்கொண்டு பிடிவாதமாக நின்றன.

'இன்ஸ்பெக்டர்! என் பேரு துரை... என்னைப் பத்திக் கேள்விப் பட்டிருப்பீங்க.'

'என் பேரு ராஜசேகரன். என்னைப் பத்தியும் கேள்விப்பட்டிருப் பீங்க! பெருமாள், அந்த ஸ்டிரைக் நடந்தா அமைதியா நடத்த வேண்டியது உங்க பொறுப்பு. என் பொறுப்பு...' என்று மிடுக்குக் குரலில் கூறி விட்டு, துரையைப் பார்த்து, 'ரௌடிப் பசங்களை வெச்சுக்கிட்டு கலாட்டா ஏதாவது நடந்தா நாங்க பார்த்துக்கினு சும்மா இருக்க மாட்டோம்!' என்றார் உறுதியாக.

'என்னை ரௌடிங்கறீங்களா?'

'சே! உங்களை எனக்குத் தெரியாது. ஆனால் நீங்க குடிச்சிருக்கீங்க!'

'பதினெட்டாம் தேதிக்குள்ளே என்னைத் தெரிஞ்சு போகும் உங்களுக்கு!'

ஜீப்பில் போய் ஏறிக் கொண்டான் துரை.

'என்னையும் தெரிஞ்சு போகும் உங்களுக்கு!' என்றார் ராஜ சேகரன்.

ஜீப் சீறிக் கொண்டு புறப்பட்டது.

★

பெரிய பள்ளத்துக்கு அருகில் தண்டலம் கிராமம் இருந்தது. பத்துப் பதினைஞ்சு வீடுகள். நான்கு நாய்கள். சுற்றிலும் நெல், கரும்பு வயல்கள். அந்தக் கிராமத்தில் இருந்து சற்று ஒதுக்குப் புறமாக வயலை ஒட்டி ஒரு குடிசையில் ரத்தினவேலு தன் பேத்தி லட்சுமியுடன் இருந்தார்.

ரத்தினவேலு பிடிவாதமாகத் தன் சொந்த ஏக்கராவில் இன்னும் பழைய ஞாபகத்தில் நெல் பயிரிட்டுக்கொண்டிருந்தார். சொந்த மாகக் களை பிடுங்கி, சொந்தமாக நாற்று நட்டு, சொந்தமாக அறுவடை செய்து வந்தார். மற்றவர்கள் கருப்பங் காட்டின் நடுவில் அவர் வயல் ஒரு சிறிய மரகதப் போர்வையாக இருந்தது. லட்சுமி போல்.

லட்சுமி 'இஸ்கோலு'க்குப் போகவில்லை. தாத்தாவுக்கு ஒத்தாசையாக இருந்தாள். பதினேழு வயசு நிரம்பிச் சற்று வயதுக்கு அதிக வளர்த்தியான பெண். அந்தக் குடிசையும் அந்த நிலமும் அந்தத் தனியான சூழலும் லட்சுமி ராஜ்யம். தாத்தாவுக்கு அன்பாகச் சமைத்து, மண் பாத்திரங்களைத் தேய்த்துத் துப்புர வாக்கி, குடிசையைக் கண்ணில் ஒற்றிக் கொள்ளும்படிச் சுத்தப் படுத்தி, விரல் விட்டுக் காசு கணக்குப் பார்த்து, மரத்தில் கயிறு கட்டிப் பாவாடை விரிய ஊஞ்சலாடி, எப்பனாச்சியும் பாப்பா வந்தாள் என்றால் மாட்னி ஆட்டம் சினிமா பார்த்து (பொழு தோட வந்துடும்மா), பாப்பா தரும் பொம்மைப் புஸ்தகங் களையும், பதினைஞ்சு பைசா நகைகளையும் அந்தரங்கத்தில் வைத்துக்கொண்டு, கை அகலத்துக் கண்ணாடியில் தன் வடிவமும் உடலும் இனம் புரியாமல் மாறுவதைப் பார்த்துக் கொண்டு... இப்பவும் அவள் ஓர் இடத்தில் இருந்து மற்ற இடத்துக்குத் துள்ளித்தான் சலங்கை சலங்கச் சலங்க ஓடுவாள்...

'தாத்தா! நான் ஓடைப் பக்கம் போய் வரேன். கீரையைக் கடைஞ்சு வை. துணி துவைச்சுட்டு ஓடியே வந்துடறேன்...'

'நேரமாக்கிடாதேம்மா. இருட்டறதுக்குள்ளாற வந்துடு' என்று சொன்னது லட்சுமிக்குப் பாதிதான் கேட்டது. அவள் சிட்டாக ஓடி விட்டாள்.

லட்சுமி வயல் ஓரமாக ஓட்ட நடையில், பழகிய பாதையில் சென்றாள். சிறுபிள்ளைத்தனமாக நெளிந்து சலசலக்கும் பாசன வாய்க்காலுடனேயே நடந்தாள். அவளுக்கென்று பிரத்யேக மான ஒரு தனியிடம் இருந்தது. வாய்க்கால் வளைந்து தென்னந் தோப்பை அணைத்துக்கொண்டு செல்லும் பகுதியில் ஒரு கன்னிப் பெண் குளிப்பதற்குச் சௌகரியமான ஒரு ரகசியமான துறை.

லட்சுமி மறைவிடத்தில் வந்து தன் தாவணியைக் களைந்து, சொக்காயைக் கழற்றிப் பாவாடையை மார்பு வரை உயர்த்திக் கொண்டு, கல்லில் வந்து உட்கார்ந்து துணிகளை நனைத்து மெதுவாகச் சவுக்காரக் கட்டி தேய்க்க ஆரம்பித்தாள்.

துரை சீட்டுக்கடியில் இருந்த பாட்டிலை எடுத்து ஒரு மடக்கு விழுங்கிக் கொண்டான். 'என்னடா, நேராத்தானே ஓட்டறே?'

'ஆமாம், துரை!'

'பேச்சு எப்படி இன்னிக்கு?'

'ஃபர்ஸ்ட் கிளாசு... ஆமாம். அந்த இன்ஸ்பெக்டர் என்ன கொஞ்சம் ரஃபாப் பேசினார்?'

'அவரு கிடக்கிறாரு... துரையைத் தெரியாது அவருக்கு... இன்னும் ரெண்டு மாசத்திலே அவரை இந்தச் சர்க்கிள்ளேயிருந்து விரட்டி, எங்கேயாவது தின்னவேலி ஜில்லால போட்டுடும் படியாச் செஞ்சுடறேன்... புது ஆளு. என்னைத் தெரியாத ஆளு!'

'அதானே!'

'சேலத்துப் பக்கம் இந்த மாதிரிதான் ஒரு மறியல்லே கம்பைச் சுத்தினாரு ஒருத்தரு. என்னைக் கைது பண்ணிக்கிட்டுப் போனாரு. அப்புறம் நம்ம பெரியசாமி இல்லை... அவருதான் போன் பண்ணி யிருக்காரு... 'துரை! துரை! துரை! என்னை மன்னிச்சுடுங்க... தெரியாத்தனமா நீங்க யாருன்னு தெரியாம அவசரமாக் கைது பண்ணிட்டேன்'னு ஜீப்பிலேயே திருப்பி அனுப்பிச்சாரு. இவரு கிடக்காரு பூச்சி!'

பன்னா சற்று நேரம் மௌனமாக இருந்தான்.

'பன்னா, மூணு நாளாச்சுடா இன்னையோட!'

'என்ன துரை?'

‘என்ன, தெரியாதமாதிரி கேக்கறதைப் பாரு! சிதம்பரத்திலே ஹோட்டல்ல ஒரு கழிசடையைக் கூட்டி வந்தே பாரு! எங்கே போய்டா புடிச்சே அதை?’

‘ஏன் சரியா இல்லையா, துரை!’

‘சாவு கிராக்கி. மரக்கட்டை. கொசு கடிக்குது!’

‘அதுக்கெல்லாம் மெட்றாஸ்தான் சரி துரை!’

‘ஏன் பாண்டிச்சேரில ஒரு தடவை... சும்மா கொடுத்த காசுக்கு மத்தாப்பூ மாதிரி துள்ளி விளையாடிடிச்சு.’

‘உங்களுக்கு வேற வேலை கிடையாது துரை! பாட்டில், பொம்பளை!’

‘இந்த உலகமே அதுலேதாண்டா சுத்துது!’

லட்சுமி துணிகளைத் துவைத்துவிட்டு, தண்ணீரில் அமிழ்ந்தாள். சுற்றுமுற்றும் பார்த்தாள். ஒரு பிராணி இல்லை. துல்லியமான நீர் அவள் உடலில் மாலைச் சூரியனின் மஞ்சள் வெய்யிலில் தங்க முத்துக்களாக மின்னியது. தலையை அலைத்துக்கொண்டு முங்கி நீராடினாள்.

‘எங்கேடா வயக்காட்டுப் பக்கம் ஒதுங்கறே?’

‘குறுக்கு வழி துரை. மூணே பர்லாங்கிலே மெயின் ரோட்டைப் புடிச்சுடலாம். உங்களுக்கு இன்னொரு கூட்டம் இருக்குதே - டவுன்லே!’

‘என்ன பாதைடா இது, உதறுது!’

‘கொஞ்ச தூரந்தான் துரை!’

லட்சுமி உடலை உருவிக்கொண்டு ஏதோ ஒரு பாட்டு பாடிக் கொண்டு குளித்தாள். நனைந்த உடை அவள் உடலுடன் ஒட்டிக் கொண்டது...

‘டேய், பன்னா! நிறுத்துடா!’

‘என்ன துரை? ஏன் துரை?’

'நிறுத்துறான்னா!'

ஜீப்பை நிறுத்தினான்.

'பின்னாலே போ. மெல்லப் போ.'

'என்ன துரை?'

'நான் சொல்றதைக் கேளு. உனக்கு ஒண்ணு காட்டறேன் பாரு. பின்னாலே போ!'

ஜீப் ரிவர்ஸில் சென்றது. 'நிறுத்து!'

வாய்க்கால் கரைப் பக்கம் மேடாக இருந்தது. சற்றுத் தூரத்தில் வாய்க்காலின் நெளிவு தெரிந்தது.

'அங்கே பாரு. மேக்காலே பாரு!' என்றான் துரை.

'என்ன துரை. மேக்காலே சூரியன்!'

'மேலே பார்க்காதே! கீழே பாரு, அதோ பாரு வாய்க்கால் பக்கம் தனியா ஒதுங்கலா.'

'பொம்பளை குளிக்குது!'

'பன்னா! கொஞ்சம் இங்கேயே இரு. குரல் கொடுத்தா வா! அதுவரை ஜீப்பிலேயே இரு' என்று கூறி இறங்கினான்.

'துரை அண்ணே! வேண்டாம். வேண்டாம். வேண்டாம். அண்ணே! கிராமத்துப் பயலுவ, கம்பும் கழியுமா வந்துடுவாங்க!'

'நான் முகம் கழுவிக்கப் போறேண்டா. பயப்படாதே!'

'முகம் இங்கேயே கழுவிக்கலாமே? ஆறு இங்கே கூடத்தான் ஓடுது!'

'அங்கே இன்னும் சுத்தமா ஓடுதடா முட்டாள்!'

துரை சற்றுத் தள்ளாடி மேடேறி வாய்க்கால் பக்கம் இறங்கு வதைக் கவனித்தான் பன்னா. 'பாவிப்பய புள்ளை! ராத்திரி பகல் கிடையாது. எப்பப் பார்த்தாலும் இதுதானா? சே!' பன்னாவுக்குத் 'திக் திக்' என்றது. 'குடிக்க வேற குடிச்சிருக்கான்!'

துரை லட்சுமியைப் பின்புறமாக அணுகினான். காற்றின் ஓசை, ஓடையின் சலசலப்பு இவற்றுக்கிடையில் அவளுக்கு அவன் வரும் சத்தமும் செருப்பு காய்ந்த இலைகளில் மிதிக்கும் சத்தமும் கேட்கவில்லை. மிக அருகில் வந்து பின்னால் நின்றான்.

லட்சுமிக்கு முதுகில் குறுகுறுத்திருக்க வேண்டும். சட்டென்று திரும்பினாள். துரை நிற்கிறான். அவள் நனைந்த மார்பில் அவன் பார்வை தயங்குகிறது. விருட்டென்று தன் துணிகள் அத்தனை யையும் அள்ளிக்கொண்டு ஒரே பாய்ச்சலாகப் பாய்ந்தாள். குடத்தை விட்டு விட்டாள். மறுபடியும் அந்தக் குடத்தைக் கவர்ந்துகொள்ளத் திரும்பினாள்.

துரை அவள் கையைப் பற்றி 'என்னம்மா! புல் புல்' என்றான்.

பன்னாவுக்கு, தூரத்தில் அவள் ஓடுவதும் அவளுக்குப் பின் துரை ஓடுவதும் தெரிந்தது. அவர்கள் அவன் பார்வையிலிருந்து மறைந்து விட்டார்கள். மிகவும் நிசப்தமாக இருந்தது. பன்னாவுக்கு என்ன செய்வதென்று தெரியவில்லை. போய்ப் பார்க்கலாமா என்று ஓர் ஆசை இருந்தது. துரைக்குக் கோபம் வந்து விடும். அவன் கூப்பிட்டால்தான் போகலாம். துரை மேல் கோபம் இருந்தது. பொறாமை இருந்தது. நிசப்தம். தூரத்தில் லாரி போகும் சத்தம் கேட்டது.

'தாத்தா!' என்று கீச்சுக் குரலில் ஓர் அலறல் கேட்டது. பறவைகள் சிறகடித்துப் பறந்தன.

தாத்தா சீராகக் கீரையை அரிந்துகொண்டிருந்தார்.

'என்ன ஆச்சு துரை, ஏன் உடம்பெல்லாம் இப்படி!'

'என்னமோ ஆச்சுடா, ஓட்டு!'

'கன்னத்திலே ரத்தம் வருது துரை!'

துரை பாட்டிலை எடுத்து மறுபடியும் ஒரு மடக்கு விழுங்கிக் கொண்டான். 'ஓட்டுடா முதல்லே சோமாரி! அப்புறம் அலம்பிக் கலாம்.'

'துரை! எனக்குப் பயமா இருக்குது!'

'நீ என்னடா செஞ்சே பயப்படறதுக்கு?'

‘பல்லு பட்டிருக்குது பாரு, கையிலே!’

துரையின் உடம்பெல்லாம் நடுங்கியது.

‘செத்தத் தள்ளி நிறுத்துடா, முகம் கழுவிக்கிட்டு வந்துடறேன்!’

துரையின் சட்டை முழுதும் மண்ணாக, சேறாக இருந்தது. ‘பன்னா! உன் சட்டையைக் கொடுடா... அங்கே கூட்டத்திலே போய் நிக்கணும்! அப்புறம் மருந்துக் கடையிலே கொஞ்சம் நிறுத்து. பிளாஸ்திரி வாங்கிக்கலாம்!’

‘துரை, என்ன நடந்தது? சொல்லுங்க அண்ணே! ஏன் இப்படி நடுங்குது உடம்பு உங்களுக்கு?’

‘அப்புறம் சொல்றேன். நீ ஓட்டு!’

தலைவர் அவனை, ‘என்னங்க காயம்?’ என்று கேட்டார்.

துரை புன்முறுவலுடன், ‘முந்தின கூட்டத்திலே ஒரு சின்ன கலாட்டா, அடிதடி! இதெல்லாம் சாதாரணம்ங்க!’ என்றான்.

துரை மைக் அருகில் வந்து அதைத் தன் உயரத்துக்கு ஏற்ப அட்ஜஸ்ட் செய்துகொண்டான். ‘என் இனிய நண்பர்களே! தாய்க் குலமே! என் உடன் பிறவாச் சகோதரிகளே!’

‘என்ன இன்னும் இந்தப் பெண்ணைக் காணோம்?’ என்று தாத்தா அரிக்கேன் விளக்கைப் பெரிதுபடுத்திக்கொண்டு குடிசைக்கு வெளியே வந்தார். மெதுவாகத் தடுமாறித் தடுமாறி நடந்தார். இருள் கவிழ்ந்திருந்தது. வாய்க்கால் ஓரமாக நடந்து சென்றார். வழக்கமாக அவள் துணி துவைக்கச் செல்லும் துறை அவருக்குத் தெரியும். ‘லட்சுமி! லட்சுமி!’ என்று கூப்பிட்டுக் கொண்டே தட்டுத் தடுமாறி அந்த இடத்துக்கு வந்தார்.

பூச்சிகளின் சத்தம் சீராகக் கேட்டது.

தாத்தாவின் காலடியில் என்னவோ இடறியது.

அரிக்கேன் விளக்கைத் தாழ்த்திக் கீழே பார்த்தார்.

லட்சுமி!

இரண்டாவது தினம்

இன்ஸ்பெக்டர் ராஜசேகரன் காலையில் எழுந்து பல் விளக்கித் தன் மனைவியை (பெயர் சரளா) எழுப்பாமல் காப்பி போட்டுக் கொண்டு கையில் ஆவி பறக்கும் காப்பியுடன் செய்தித் தாளை மேம் போக்காக மேய்ந்துவிட்டு, கடைசிப் பக்கத்தில் இருக்கும் குறுக்கெழுத்துப் பகுதியின் வார்த்தைச் சிக்கல்களில் சற்று நேரம் ஆழ்ந்தார்.

சரளா கண் விழித்தபோது அவளை நோக்கிப் புன் முறுவல் செய்தார்.

'என்னங்க இது! எழுப்பக் கூடாதா? இன்னிக்கு விடு முறையாச்சேன்னு கொஞ்சம் தூங்கிப் போயிட் டேன்' என்றாள்.

'இன்னும் கொஞ்சம் தூங்கு!' என்றார்.

அவள் எழுந்து முகம் கழுவிக்கொண்டு அவருடன் ஒட்டி உட்கார்ந்தாள்.

'இன்னிக்காவது சினிமா போகலாமா?'

'டிக்கெட் வாங்கிக்கொண்டு போகலாம்' என்றார்.

'நம்மை டிக்கெட் வாங்க விட மாட்டாங்களே!'

'அப்ப சினிமா வேண்டாம்.'

'நீங்க ஒருத்தர்தான் இப்படி இருக்கீங்க! ஜீப்பில நான் உட்காரக் கூடாது... கோயிலிலே எல்லாரையும் போல க்யூவிலே நிக்கணும்... சினிமாவுக்கு டிக்கெட் வாங்கணும்...'

'என்ன செய்யறது? அப்படிப்பட்ட அப்பாவியைக் கல்யாணம் செஞ்சுக்கிட்டிருக்கே!'

'அப்பாவி! நீங்களா அப்பாவி! இதோ பாருங்க. டிக்கெட் வாங்கியோ, வாங்காமலோ இன்னைக்குக் கட்டாயம் சினிமாவுக்குப் போய்த்தான் ஆகணும். எனக்கு வீட்டிலே முடங்கிக் கிடந்து அலுத்துப் போச்சு!'

'இன்னிக்கு போயிரலாம்... என்ன?'

'என்ன?' என்றது, அவசரம் அவசரமாக வீட்டுக்குள் ஓடி வந்து தள்ளி நின்று சல்யூட் அடித்த ஒரு பி.ஸி.யை நோக்கி.

'ஏட்டையா அனுப்பிச்சாருங்க. பாசன வாய்க்கால் பக்கத்திலே ஒரு பொம்பளை செத்துக் கிடக்குதாம்.'

'உடனே வரேன், இரு! சரளா, ஸாரி!'

சரளாவின் முகத்தில் ஏமாற்றம் எழுதி இருந்தது. அதே சமயம் பீதியும் தோன்றியது. ராஜசேகரன் உள்ளே சென்றார்.

'பொம்பளையா?'

'ஆமாங்கம்மா! தண்டலம் கிராமத்துப் பொண்ணு!'

'என்ன வயசிருக்கும்?'

'சின்னப் பெண்ணாம்!'

'கொலை செஞ்சிட்டாப்பலையா?'

'தெரியலீங்க, ஐயா வந்தா மேலே வேலை நடக்கும்!'

'என்னப்பா இது, அக்கிரமமா இருக்கு?'

'சரளா, நான் வரதுக்கு லேட் ஆனாலும் ஆகும். நீ வேணா... .'

'பக்கத்து வீட்டுப் பாட்டியைக் கூட்டிக்கிட்டுச் சினிமா போய் வா. அதானே சொல்ல வந்தீங்க? எத்தனை தடவை கேட்டாச்சு இதை! ராஷ்டிரபதி பதக்கம் கிடைச்சா சரி!'

'ஸாரி, ஸாரி,ஸாரி சரளா!'

'மூணு ஸாரி வாங்கிக்கப்போறேன்.'

ராஜசேகரன் ஜீப்பில் ஏறிக்கொண்டார்.

'ஸ்டேஷனுக்குப்போகணுமா ஸார்?'

'வேண்டாம். நேரே போ! ஹெட் கான்ஸ்டபிள் அங்கே போயிருக் காரா?'

'ஆமாங்க!'

'உடல் அங்கே இருக்குதா?'

'இல்லீங்க!' என்று பின்னாலிருந்த ஒரு கான்ஸ்டபிள் பதில் சொன்னான்.

'உடலை ஏண்டா எடுத்தீங்க?'

'இல்லீங்க... அந்தப் பெண்ணோட தாத்தாக் கிழவன் ஒருத்தன் ராத்திரியே பார்த்திருக்கான்! அதை எடுத்துத் தடுமாறிக் கொண்டு வந்து குடிசையிலே போட்டுக்கிட்டு ராப்பூரா அழுதுக்கிட்டே இருந்திருக்கான். காத்தாலேதான் தகவல் வந்தது. மாட்டுக்காரப் பையன் ஒருத்தன் வந்து சொன்னான். உடல் குடிசையிலே இருக்குதுங்க!'

'அங்கே முதல்லே போகலாங்களா?'

'போகலாம்.'

குனிந்து குடிசைக்குள் நுழைந்தார் இன்ஸ்பெக்டர் ராஜசேகரன்.

கிழவன் தலையை முழங்கால்களுக்கு இடையில் வைத்துக் கொண்டு விசும்பிக்கொண்டிருந்தான். கிழவன் அயர்ந்திருக்க வேண்டும். ராஜசேகரன் அருகில் பார்த்தார். கால்கள் தெரிந்தன. கால்களில் கொலுசுகள் தெரிந்தன. உடல் ஒரு சிவப்புத் துணியால் மூடி இருந்தது. சீராக...

'தாத்தா!' என்றார் ராஜசேகரன்.

'தாத்தா! இன்ஸ்பெக்டர் ஐயா வந்திருக்கார். அவர்கிட்டே சொல்லுங்க!'

தாத்தா கலங்கின கண்களுடன் அவரைப் பார்த்தார்.

'அய்யா! அய்யா!' என்று குரல் கண்ணீரில் கரையப் பேச ஆரம்பித்தார்.

'அய்யா! பதினேழு வயசுங்க! எந்தக் கொலைகாரப் பாவியோ அப்படிச் சேதம் பண்ணி உடம்பெல்லாம்...' தாத்தா அந்தத் துணியை விலக்கி முகத்தைக் காட்டினார். அமைதியான முகம். மண்டை மயிரில் ரத்தத் திட்டு உறைந்திருந்தது. முகத்தில் நகக் கீறல் தெரிந்தது. 'இந்த மாதிரியே பூரா காயம்! இந்தப் பொண்ணை ஒண்ணும் தெரியாம வளர்த்தேன்... இந்தத் தை மாசம் கட்டிக் கொடுக்கலாம்னு குருவி மாதிரி பணம் சேத்தேன். தோ பாருங்க...' பானைக்குள்ளிருந்து ஒரு மரப் பெட்டியை எடுத்து அதைத் திறந்து அதிலிருந்து பத்து ரூபாய் நோட்டுக்களை இறைத்தார்! குலுங்கிக் குலுங்கி அழுதார்.

ராஜசேகரன் தன் கண்களில் நிறைந்த நீரைப் பிரயத்தனப்பட்டு அடக்கிக்கொண்டார்.

தாத்தாவின் முதுகில் தட்டி, 'தாத்தா! உங்களுக்கு ஆறுதல் சொல்ல என்னாலே... எவனாலேயும் முடியாது! இதச் செஞ்சவங்களைக் கண்டுபிடிச்சுத் தண்டனை கொடுக்கப் பார்க்கலாம்!'

'இனிமேல் என்ன தம்பி! என் லட்சுமி போயிடுத்து. அந்தப் பேமானிப் பயலைக் கண்டுபிடிச்சு அவனைச் சுட்டுப் பொசுக்கினாக்கூட... அந்தப் பொண்ணுக்கு உயிரு வருமா?'

'தாத்தா! நான் அப்புறம் உங்களைப் பார்க்கிறேன்!'

ராஜசேகரன் வெளியே வந்தார். உடன் ஹெட் கான்ஸ்டபிளும் வந்தார். வெளியே கிராமத்து ஜனங்கள் அறுபது பேர் நின்று கொண்டிருந்தார்கள்.

'அருணாசலம், எந்த இடத்திலே கிடந்ததாம்?'

'இங்கிருந்து ஒண்ணரை மைல் இருக்குங்க, வாய்க்கால் ஓரமா! குளிக்கப் போயிருக்குது! கிழவன் சரியாப் பதில் சொல்லலை. இன்னும் கொஞ்சம் நேரம் ஆகும்!'

'சரி! அங்கே போகலாம் வாங்க! அப்புறம் அந்தத் தாத்தா கிட்டே சொன்னீங்களா? உடலை ஆஸ்பத்திரிக்கு எடுத்துக்கிட்டுப் போக வேண்டியிருக்கும்னு!'

‘சொன்னேனுங்க! கொடுக்க மாட்டேங்கிறாரு!’

‘கேஸ் எழுதிக்கிட்டயா?’

‘எழுதிக்கினேனுங்க!’

‘எப்படியும் எடுத்துட்டுப் போய்த்தான் ஆகணும். பெரியவர் கொஞ்சம் நேரம் கழித்துச் சமாதானமாயிடுவார்னு நெனைக் கிறேன். ஹெட் குவாட்டர்ஸ் ஆஸ்பத்திரிக்கு வேறே போன் பண்ணனும். முதல்லே அங்கே போய்ப் பார்க்கலாம்!’

வெளியில் தொங்கிய கயிற்று ஊஞ்சல் காற்றில் ஆடியது. வேலி யிருந்த மரக்கிளை வரையில் ஒரு தாவணி உலர்த்தி இருந்தது. லட்சுமி வளர்த்த குட்டி நாய் ஒன்று தரையில் மூலையில் கட்டப் பட்டு சுழன்று சுழன்று வந்து வாலை ஆட்டிக்கொண்டிருந்தது.

ராஜசேகரன் நிதானமாகத் தண்ணீர் துறையிலிருந்து துணி துவைக்கும் கல், சற்று மேல் ஏறும் கரை என்று விடாமல் ஆராய்ந்து கொண்டே நடந்தார். அவர் கையில் உடைந்த வளையல் துண்டுகள் சில இருந்தன. குடம் ஒன்று ஓரமாகத் தலை கவிழ்ந்து கிடந்தது. சகதியில் சிக்கிச் சில துணிகள் கிடந்தன. பதினைஞ்சு பைசா நகை ஒன்று கிடந்தது...

கல்லில் உட்கார்ந்து அந்த இடத்தின் சுற்றுப்புறத்தை நோக்கினார்.

‘மறைவான இடங்க! இங்கிருந்து உரக்கச் சத்தம் விட்டாக்கூடக் கேட்காது. எவனோ தினம் இது இங்கே வருதுன்னு தெரிஞ்ச ஆள்தான் செஞ்சிருக்கணும்!’

‘கிராமத்திலே விசாரிச்சீங்களா?’

‘கிராமமே கிழவன் வீட்டுக்கு வந்திருச்சே! எல்லாரையும் விசாரிச்சேன். சின்ன கிராமங்க. நாற்பது அம்பது பேர் இருப் பாங்க! இளம் பயலுகள் ஒரு எட்டுப் பத்துப் பேர் இருக்காங்க! எல்லாரும் ஆலையிலே வேலை செய்யறவங்க.’

‘நேத்து சாயங்காலம் துணி துவைக்க இங்கே வந்திருக்குதுங்க! ஏழு மணி சுமாருக்கு கிழவன் போய்ப் பார்த்திருக்கான். கீழே கிடந்துச்சாம்! நேத்து சாயங்காலம்தான் நடந்திருக்கு!’

‘அப்படியா?’ என்றார் ராஜசேகரன்.

'இளம் பயலுகளையெல்லாம் முதல்லே விசாரிச்சேன். எல்லாம் ஆலையிலேருந்து ஷிப்ட் முடிஞ்சு கூட்டத்துக்குப் போயிருந் தாங்களாம்.'

'கூட்டமா?'

'நேத்து கூட்டம் நடக்கலை? துரை பேசலை?'

'ஓ அதுவா?' ராஜசேகரனுக்கு ஒரு கணம் துரையின் பிம்பம் படிந்து சட்டென்று மாறியது. ஹர்த்தால் வேறே இருக்குது. பதினெட்டாம் தேதி! அது நடுவிலே இந்தக் கொலை வேறே! எஸ்.பி.க்குப் போன் பண்ணனும். ராஜசேகரன் உடைந்த வளை யலைப் பார்த்தார். பலாத்காரம்! நிச்சயம்... அப்புறம் சாவு... யார்?

'இந்த இடத்துக்கு வர்றதுக்கு ஒத்தையடிப் பாதைதானா அருணாசலம்?'

'ஆமாங்க! வழி தெரியாதவன் லேசிலே வர முடியாது. அதான் அந்த அப்பாவிப் பொண்ணு இங்கே குளிக்க வந்திருக்கு! இங்கே தான் வருமாம்! கிழவன் சொன்னான்!'

'மறைவான இடம்தான். இந்த இடத்தைப் பற்றி முன்பே தெரியாமல் இங்கே வர முடியாது.'

'சின்னக் கிராமந்தானே! ஒவ்வொருத்தரையும் விசாரிச்சுடு! நேத்திக்குச் சாயங்காலம் எங்கே இருந்தாங்கன்னு! கிராமத்திலே மைனர் மாதிரி அல்லது வேலை இல்லாம சுத்தற பசங்க யாராவது இருக்கானான்னு பாரு!'

'எல்லாம் வயலிலே வேலை செஞ்ச பசங்க சார். இப்ப கோப் ரேட்டி வந்தப்புறம் ஆலையிலே வேலை செய்யறாங்க. எல்லாம் அறியாத பயலுக. 'ஏட்டையா! எங்க லட்சுமியைக் கொன்ன வனைக் கண்டதுண்டமா வெட்டிப் போடறோம்'னு அருவாளும் கையுமா இருக்காங்க. இது வெளி ஆளு வேலைங்க!'

'வெளி ஆளுக்கு இந்த இடம் எப்படித் தெரிஞ்சிருக்கும்?'

'அதான் எனக்கும் ஆச்சரியமா இருக்குதுங்க.'

'எதுக்கும் எல்லோரையும் விடாம விசாரியுங்க.'

'சரிங்க!'

இன்ஸ்பெக்டர் ராஜசேகரன் கிளம்ப இருந்தவர் மறுபடியும் அந்தப் படித் துறைக்கு வந்து நின்றார். குற்றம் நடந்த இடத்துக்கு எதிரே சுற்றிலும் பார்த்தார். வாய்க்கால் சலசலக்கிறது. எதிரே அந்தக் கரையின் மேடு இயற்கையாக இருக்கிறது.

'ஆழம் அதிகம் இருக்குமா?'

'இருக்காதுங்க!'

'சரி! அந்தப் பக்கம் போகலாம்' என்றார். இருவரும் வாய்க் காலைக் கடந்து எதிரே மேட்டின் மேல் சற்றுச் சிரமப்பட்டு ஏறினார். அங்கிருந்து கீழே பார்த்தார்.

'இது என்ன மண் ரோடு போறது, அருணாசலம்?'

'இது ஒரு குறுக்கு வழிங்க. வண்டிப் பாதை மாதிரி. மெயின் ரோட்டைப் பிடிச்சுடலாம். டவுனுக்கு இப்படியும் போகலாம்.'

'சரி! திரும்பிப் போகலாம்' என்றார்.

அவர்கள் மறுபடியும் வாய்க்காலைக் கடந்து எதிர்ப்புறம் வந்து குடிசைக்கு நடந்து சென்றனர். சில பெண்கள்,

சீவி முடிச்சியோ சிங்காரம் பண்ணியோ

பாவி யமராசன் பிரித்துக்கொண்டு போவ

என்று மாரில் அடித்துக் கொண்டு ஒப்பாரி வைத்து அழுதுகொண் டிருந்தார்கள். தாத்தா திக்பிரமையாக ஒரே பக்கம் நோக்கி உட்கார்ந்திருந்தார். அந்த ஊஞ்சல் ஆடிக்கொண்டிருந்தது.

'அருணாசலம்! ஒரு கான்ஸ்டபிளை இங்கேயே இருக்கச் சொல்லு. நாம் போகலாம். ஆஸ்பத்திரிக்குப் போன் பண்ணி விட்டு எஸ்.பி. கிட்டேயும் சொல்லணும். மத்தியானம் இவங்களை ஒவ்வொருத்தரா விசாரிச்சுக்கலாம்...'

ஜீப்பில் திரும்பும்போது ராஜசேகரன் மனம் அலைந்தது. அவருக்குக் கிராம ஜனங்களைத் தெரியும். அவர்கள் எளிதான வர்கள். பயம் உள்ளவர்கள். இந்த மாதிரிக் குற்றத்தில் நகர வாசனை தெரிகிறது... டவுன் வாசனை! டவுனுக்குப் போகும் வழி!

'அருணாசலம், அந்தக் குறுக்கு வழி சொன்னீங்களே அந்த வழியா ஜீப் போகுமா?'

'ஓ!'

'அந்தப் பக்கம் கொஞ்சம் ஓட்டுங்க பார்க்கலாம்.'

'அங்கேயிருந்த ஒருத்தரும் பார்த்திருக்க முடியாதுங்க. மேடு மறைச்சிருக்கும்!'

'எவனாவது சோம்பேறி மேட்டு மேல ஏறி இருக்கலாம் இல்லையா?'

ஜீப் குதித்துக் குதித்து அந்தப் பாதையில் சென்றது.

பெரும்பாலும் வாய்க்காலை மறைத்துக் கொண்டிருந்த மேடு, ஓர் இடத்தில் மட்டும் சரிந்திருந்தது. வாய்க்கால் தெரிந்தது. 'கொஞ்சம் நிறுத்துங்க!' என்றார்.

'இங்கேயிருந்து தெரியுது பாருங்க. அதோ பாருங்க. தூரத்திலே கல்லு! அந்தப் படித் துறைகூடத் தெரியுது பாருங்க!'

'ஆமாம், சார்! இங்கேயிருந்த பார்த்தால் இந்த மாதிரி தெரியும்னு நினைக்கக்கூட முடியாதுங்க!'

'அருணாசலம்! இங்கே கொஞ்சம் உன்னிப்பாத் தேடுங்க!' ராஜசேகரன் இறங்கி வாய்க்காலை நோக்கி நடந்தார். அங்கே அவர்கள் அரை மணி நேரம் தேடினார்கள். 'என்ன எதிர்பார்க்கிறேன்? பர்ஸா! பர்ஸ் ஒன்று அகப்பட்டு அதில் ஒரு விலாசச் சீட்டும் போட்டோவும் இருந்தால் எவ்வளவு சுலபம். அவ்வளவு எளிதாக முடிந்து விடுகிற காரியமா?' ஒன்றும் அகப்படவில்லை.

'சரி, போகலாம் வாங்க!'

ஜீப் நகர்ந்து மெதுவாக முன் சென்று இரண்டு மூன்று தடவை முன் பின் சென்று திரும்பும்போதுகூட ராஜசேகரனின் கண்கள் மூடிக் கொண்டிருந்தன...

'கொஞ்சம் நிறுத்தப்பா!'

ராஜசேகரன் மறுபடியும் இறங்கினார். பாதை ஓரத்தில் முட்புதர்களில் ஒரு ரோஜா மலர் சிக்கிக்கொண்டிருந்தது. அதை மிக ஜாக்கிரதையாக எடுத்தார். சற்று வாடிய ஒரு ரோஜா!

'ரோஜாப் பூ சார்! நம்ம கண்ணிலே இதுவரையில் படலையே?'

'ஜீப் மறைச்சிருக்கு!' ராஜசேகரன் மறுபடியும் அந்த ரோஜாவைப் பார்த்தார். முழுவதும் கருகவில்லை. சற்று வாடிய ரோஜா... நேற்றைய ரோஜா... அந்த மலரின் மேல் பிடிவாதமாக ஒரே ஒரு ஜரிகை இழை ஒட்டிக் கொண்டிருந்தது.

இன்ஸ்பெக்டர் ராஜசேகரன் பத்திரமாக அதைத் தம் கர்ச்சிப்புக் குள் சுற்றிப் பைக்குள் வைத்துக்கொண்டார்.

'போப்பா!'

ஸ்டேஷனுக்கு வந்ததும் எஸ்.பி.க்குப் போன் செய்தார். எஸ்.பி. (அஃப்தாப் ஹுசேன்) எடுத்த உடனே, 'ராஜசேகரன், உங்களைத் தான் நான் காண்டாக்ட் செய்யவேண்டும் என்று இரண்டு தடவை முயன்றேன். 18-ம் தேதி ஸ்டிரைக்குக்கு செக்ஷன் 144 போட வேண்டுமா? நிலைமை எப்படி இருக்கிறது?' என்று கேட்டார்.

'சார்! 18-ம் தேதிக்கு முன்னாலே வேற ஒரு விஷயம் நடந்து விட்டது! ஒரு மர்டர்!'

'ஓ! நோ! பொலிடிக்கல் மர்டரா? ஒருத்தனுக்கு ஒருத்தன் அடிச்சிக் கிட்டான்களா?'

'இல்லை சார்! இதற்கும் அதற்கும் சம்பந்தமில்லை. ஒரு பெண். கிராமத்துப் பெண். ரேப், மர்டர்!'

'என்னய்யா நடக்குது உங்க ஏரியாவிலே! நான் உடனே வரணுமா? மத்தியானம் வந்தாப் போறுமா? மந்திரி வேறே அந்தப் பக்கம் போறார்!'

'நீங்க மத்தியானம் வந்தாப் போதும் சார். ப்ரிலிமினரியா பார்த் திருக்கேன். ஆடாப்ஸிக்கு அனுப்பிடறேன்...'

'ஏதாவது கிடைச்சுதா? லோக்கல் ஆளுங்களைத் தட்டிப் பாருங்க! சின்னப் பொண்ணுன்னா காதல் கீதல் இந்த மாதிரி ஏதாவது இருக்கும்.'

'இல்லை சார்! இது கொஞ்சம் சிக்கலான கேஸ். மத்தியானம் சொல்றேனே?'

'நான் ஃப்ரீயானவுடனே வந்துடறேன்!'

'நல்லது சார்!'

டெலிபோனை வைத்ததும் அவர் வீட்டு வேலைக்காரப் பையன் சீதரன் அறை வாசலில் நின்றுகொண்டிருப்பதைக் கவனித்தார்.

'என்னடா?'

'அம்மா, நீங்க சாப்பிட வீட்டுக்கு வருவீங்களா, இல்லை டிபன் பாக்ஸிலே அனுப்பணுமான்னு கேட்டுக்கிட்டு வரச் சொன்னாங்க.'

ராஜசேகரனுக்கு அப்போதுதான் வயிற்றில் பசி தெரிந்தது.

'வந்துடறேன்னு சொல்லு. எனக்காகக் காத்திருக்கவேண்டாம். அம்மாவைச் சாப்பிடச் சொல்லிடு!'

'சாப்பிட மாட்டாங்கய்யா!'

'சரி! நீ போ, வந்துடறேன்.'

ஆஸ்பத்திரிக்குப் போன் பண்ணினார். இருப்பது ஒரே ஒரு ஓட்டை ஆம்புலன்ஸ் வண்டி. அது கிளம்பி கிராமத்துக்குச் சென்று, உடலை எடுத்துக்கொண்டுபோய், அது பரிசோதிக்கப் பட்டு நாளைதான் ரிப்போர்ட் கிடைக்கும்.

பெருமாள்! அருணாசலம்! நீங்க ரெண்டு பேரும் சாப்பிட்டுட்டு அப்படியே ஆஸ்பத்திரிக்குப் போயிட்டு வந்துடுங்க!'

சரளா வாயிற்படியிலேயே கேட்டாள். 'மறுபடியும் போகணுமா?'

'ஆமாம். சரளா! சாப்பிட்ட உடனே போகணும். எஸ்.பி. வரார்!'

'ஏதாவது கண்டுபிடிச்சீங்களா?'

'ம்?'

'அந்தக் கொலை பற்றி ஏதாவது தெரிஞ்சுதா? இந்தாங்க துண்டு!'

ராஜசேகரன் தன் பைக்குள்ளிருந்து கைக்குட்டையை எடுத்து அதைக் கவனமாகப் பிரித்து அந்த ரோஜா மலரைக் காட்டினார். 'கண்டுபிடிச்சேன்' என்றார்.

'பூ எனக்கா?' என்றாள் சரளா.

'எனக்கு!' என்றார் ராஜசேகரன்.

சாப்பிட்ட உடனேயே ஸ்டேஷனுக்குத் திரும்பிவிட்டார். எஸ்.பி.க்காகக் காத்திருந்தார். அஃப்தாப் ஹுசேன் வந்தபோது மணி மூன்றரை இருக்கும். ஹுசேன் சற்றுக் குட்டையானவர். நரம்புகள் தெரியும் விசால நெற்றி. வருஷக் கணக்கில் யோசித்துச் சுருங்கிய புருவங்கள். ஒரு தழும்பு. 'என்ன ராஜசேகரன்! என்ன தான் நடக்குது இந்த ஊரிலே? ஏதாவது கைது பண்ணும்படியா இருக்குதா கேஸு?'

'இன்னும் இல்லை சார்.'

'பொண்ணுக்குத் தெரிஞ்சவங்க, லவர்ஸ், இப்படி ஏதும் உண்டா?'

'சின்னப் பொண்ணுங்க. உடலை ஹெட் குவார்ட்டஸ் ஆஸ்பத் திரிக்கு அனுப்பி இருக்குங்க.'

'பதினெட்டாம் தேதி ஸ்டிரைக் வேறே இருக்குது. துரை வரானாமே!'

'துரையைத் தெரியுமா உங்களுக்கு?'

'தெரியும். வம்புக்காரன். அவனை உள்ளே தள்ளிட்டா எல்லாம் ஒழுங்கா நடக்கும்.'

'வேண்டாங்க. தேவை இருக்காது.'

'ரிசர்வுக்கு ஏற்பாடு செய்திருக்கேன். எதுக்கும் நாளைக்குச் சாயங்காலம் 144-க்கு மாஜிஸ்டரேட் ஆர்டர் ஒண்ணு வாங்கி வெச்சுடலாம்... என்ன?'

'இல்லீங்க. மேனேஜ் பண்ணிடுவேங்க. கூட ஆள் அனுப்பி வைச்சால் போதும். அந்தச் சமயத்திலே முன்னாலேயே அதிக மாக கைது பண்றது நமக்குக் கூட 'டிஸ்அட்வாண்டேஜ்'. ஒவ்வொரு கைதிக்கும் ஒரு போலீஸ்காரர். எத்தனை எழுதணும். பயத்தி லேயே கொண்டு வந்துடலாம். பெரும்பாலும் கிராமத்து ஜனங்க. சட்டத்துக்குக் கட்டுப்பட்டவங்க!'

'உங்களுக்குத் துரையைத் தெரியாது!'

'தெரியாதுங்க. தெரிஞ்சுக்கப் போகிறேங்க. எனக்கு மறியலைப் பத்திக் கவலை இல்லைங்க. இந்தப் பொண்ணுதான் உறுத்துது. சென்ஸ்லஸ் மர்டர்!'

'மர்டர்தானா! அடாப்ஸி ரிப்போர்ட் வந்துடுச்சா?'

'நாளைக்குத்தான் கிடைக்கும்னு தோணுது. இப்பத்தான் போயிருக்குது.'

'ஏதாவது க்ளூ கிடைச்சுதா? வாங்க அங்கே போகலாம். இடத்தைப் பார்க்கலாம்... .'

அந்த ரோஜா மலரைப் பற்றி ராஜசேகரன் சொல்ல விரும்பவில்லை. அதற்கு இன்னும் வேளை வரவில்லை.

'ஏதோ ஒண்ணு ரெண்டு தெரிஞ்சுதுங்க. இன்னும் தீர்மானமா ஒண்ணும் தெரியலை. நாளைக்கு ரிப்போர்ட்டைப் பார்த்ததும் தான் தெரியும். அவ எப்படிச் செத்திருக்கான்னு தெரியணும் முதல்லே.'

'போகலாமா?'

மூன்றாவது தினம்

'மணி ஏழரை.' சரளாவின் குரல். ராஜசேகரன் விழித்தார். 'ஆஸ்பத்திரிக்குப் போகணும் சரளா!'

சரளாவின் முகம் வாடியது. 'கொஞ்ச நேரம் அந்த கேஸை மறந்துடுங்களேன்.'

'மறக்க முடியலையே! அந்தப் பெண் முகத்தைப் பார்த்துட்டேன்! அதை மறக்க முடியலையே!' படுக்கையில் உட்கார்ந்துகொண்டார். 'அந்த இளமையை அவ்வளவு கோரமா அழிச்சவனுக்கு நம்ம சட்டங்களிலே இருக்கிற தண்டனை போதுமான்னு எனக்கு யோசனையா இருக்குது! என்ன ஜனங்க, சரளா!'

'காப்பி' என்றாள். அதைக் குடிக்க ஆரம்பித்தார் ராஜசேகரன்.

'பல் தேய்க்காமலே?'

'ஓ! மறந்துட்டேன்!' என்று எழுந்தார்.

'அந்தக் கேஸைத் தவிர வேறு ஏதாவது ஞாபகம் இருக்கா உங்களுக்கு?'

சிவில் அஸிஸ்டெண்ட் சர்ஜன் பழுப்பான பாரத்தை நிரப்பிக் கொண்டே சொன்னார்: 'மேஜர் இன்ஜுரிஸ் மூன்று; மைனர் ஒன்பது. அவள்

இறந்தது கன்கஷனாலே என்று சொல்லலாம். பின் பக்கமாகப் பாறையில் விழுந்தபின் மண்டையில் அடிபட்டு ஸ்கல் உடைந் திருக்கிறது. மார்பில் நகம் பட்ட காயங்கள். ரிப் ஒன்று உடைந் திருக்கிறது. ரொம்ப லேட்டாக் கொண்டு வந்திருக்கீங்க. வெட்டறது கஷ்டமாக இருந்தது.'

'டாக்டர், வஜைனல் ஸ்வாப் எடுத்தீங்களா?'

'ஓ எஸ்! ரேப்! க்ளியர் ரேப்! எவிடென்ஸ் நிறைய இருக்கிறது.'

'தாங்க்ஸ் டாக்டர்!'

'கிழவன் ஒருத்தன் உடலைக் கேட்கிறான். அறை வாசல்லேயே உட்கார்ந்திருக்கான்! க்ளீனாத்தான் செஞ்சேன். திருப்பி கொடுக்கும்படியாகத்தான் இருக்கிறது...'

ஸ்டேஷனுக்குத் திரும்பிச் சென்றதும் அவர் தன் அறையில் மேஜைமேல் அந்த ரோஜா மலரை வைத்துக்கொண்டு சற்று யோசித்தார்.

'அருணாசலம்! கொஞ்சம் வாங்க!'

'முந்தா நேத்திக்கு வேற எங்கேயாவது மீட்டிங் நடந்துதா, தெரியுமா உங்களுக்கு?'

'இல்லை சார்! ஆலை வாசல்லே நடந்துதே அது மட்டும்தான்!'

'அருணாசலம்! அந்தக் கூட்டத்துக்கு நானும் போயிருந்தேன். நீங்களும் வந்திருந்தீங்க. நான் அந்தக் கூட்டத்திலே என்ன பார்த்தேன்னு சொல்றேன். ஏதாவது தப்பா இருந்தா நீங்க சொல்லுங்க!'

'சரி சார்!'

'நாலரை மணிக்குக் கூட்டம் தொடங்கியது.'

'ஆமாம். சங்கு ஊதின உடனே.'

'முதல்லே ஜிப்பா போட்டுக்கிட்டு ஒருத்தர் பேசினார்.'

'சரி சார்!'

'அதுக்கு முந்தி ஓர் ஆள் டேப் அடிச்சுப் பாடினான். சாமானியனின் யூனியன்னு.'

'குட்! நல்லா கவனிச்சிருக்கீங்க!'

'அப்புறம் துரை வந்தான். வந்தவுடனே அந்தப் பேச்சுக்காரன் நின்று விட்டான். துரை உடனே பேச ஆரம்பிச்சான். துரை ஒரு மணி நேரம் பேசி இருப்பான். அப்புறம் அந்த யூனியன் காரியதரிசி வந்தனம் சொன்னாங்க. ஜனகணமன வாசிச்சாங்க!'

'அவ்வளவுதாங்க!'

'ஒண்ணும் விடலியே?'

'இல்லீங்க!'

'இல்லை. அருணாசலம். உங்களுக்கு இன்னும் ஆப்ஸர்வேஷன் வேணும். ஒரு விஷயத்தை நான் விட்டுட்டேன்!'

அருணாசலம் யோசித்து, '''இல்லீங்களே! வேற ஒருத்தரும் பேசலீங்களே!' என்றார்.

'பேச்சு இல்லை. நடுவிலே துரைக்கு மாலை போட்டாங்களே! ரோஜா மாலை. அப்புறம் ஒரு ஜெண்டு கொடுத்தாங்களே!'

'ஆமாம்! எல்லாக் கூட்டத்திலேயும்தானே மாலை போடறாங்க. அதனாலே அதை மறந்துட்டேன்.'

'இந்தக் கூட்டத்திலே போட்ட மாலை கொஞ்சம் விசேஷமான மாலை...'

அருணாசலம் அந்த ரோஜாப் பூவைப் பார்த்தான்.

'சார்! நீங்க சொல்றது இந்தப் பூ வந்து...'

'அருணாசலம்! அது வெறும் ரோஜா இல்லை. அதோட ஒரு ஜரிகை இழை இருந்தது. என்ன அர்த்தம்... அது மாலையிலே இருந்த ரோஜா! அன்னிக்குக் கூட்டத்திலே யார் மாலை போட்டுக்கிட்டாங்க?'

'துரை!'

'அப்புறம் கூட்டத்திலே போனாங்களா! போறபோது மாலையை எடுத்துக்கிட்டுப் போறதைப் பார்த்தேன்.'

'இதை வெச்சுக்கிட்டுச் சொல்லிட முடியுமா, சார்? எவனாவது பூக்கடைக்காரன் மாலை கட்டிக்கிட்டு இந்தப் பக்கம் போயிருந் தாக்கூட பூ விழுந்திருக்கலாம்.'

'வாஸ்தவம்தான். எனக்கு ஒரு வித சந்தேகம்தான் தோணுது. பூ விழுந்து கிடந்தது. பூ ரோஜாப் பூ. மாலைப் பூ. அன்னிக்கு மாலை போட்டுக்கிட்டவங்கள்ள ஒருத்தன் துரை! இப்ப நாம் அந்த துரையைப் போய்ப் பார்க்க வேண்டியது. அவ்வளவுதான். அவன் எந்த ஊர்க்காரன் தெரியுமா?'

'அவன் டவுன் ஆசாமி. ஆனா இன்னிக்குப் பெரிய பள்ளத்துக்கு வரான். நாளைக்கு மறியல் இல்லையா? யூனியன் ஆபீசிலே மத்தியானம் இருப்பான்...'

'அவனை அன்னிக்குச் சந்திச்சேன். கொஞ்சம் முறைப்பா இருந் தான். குடிச்சிருந்தான். அவனை மறுபடியும் சந்திக்க எனக்குக் கொஞ்சம் ஆவலாகக்கூட இருக்குது அருணாசலம்.'

'சார்! இந்தக் கேஸைக் கண்டுபிடிச்சுடலாம்னு நீங்க நினைக்கிறீங் களா?'

'முயற்சி பண்ணிப் பார்க்கலாம்னு நினைக்கிறேன்.'

'கிராமத்திலே கொஞ்ச ஆளுங்ககிட்ட ஸ்டேட்மெண்ட் வாங்கி இருக்கேன். எஸ்.பி. இன்னிக்கு மறுபடியும் வராறா?'

'ஆமாம்! மத்தியானம் வருவார். அவருக்கு ஒரு ரிப்போர்ட் கொடுக்கணும். அதுக்குள்ளே இந்த துரையை ஒரு தடவை போய்ப் பார்த்துடலாம்னு தோணுது...'

'சாப்பிட்ட உடனே கிளம்பிடலாம், சார்!'

'சரி! நீ என் சைக்கிளை எடுத்துக்கிட்டுப் போ! சீக்கிரம் திரும்பி வா. இந்தா ஒரு ரூபாய். ஹோட்டல்லே போய் ஃப்ரீயா சாப்பிட றேன்னு கேள்விப்பட்டேன். அது வேண்டாம்.'

யூனியன் ஆபீசில் ஆயுத பூஜைக்கு இட்ட சந்தனமும் குங்குமமும் இன்னும் இருந்தன. ரிஜிஸ்தார் நம்பர், பெயர் எழுதப்பட்ட வர்ணங்களிலிருந்தே யூனியன் ஏ.ஐ.டி.யூ.ஸி.யா அல்லது ஐ.என்.டி.யூ.ஸி.யா என்று சொல்லி விடலாம். உள்ளே அறையில் மேஜை போடப்பட்டு அதனருகில் பெஞ்சில் சிலர்

பத்திரிகை படித்துக்கொண்டிருந்தார்கள். சுவரில் சர்க்குலர்கள், தலைவர்களின் படங்கள், வாசகங்கள்.

துரை, ஓரத்தில் மேஜையருகில் நான்கு பேருடன் கூடிப் பேசிக் கொண்டிருந்தான். பன்னா வெளியே நின்றுகொண்டு நேவி ப்ளூ சிகரெட்டைப் பிடித்துக் கொண்டிருந்தான்.

'காலை ஷிப்ட் எத்தனை மணிக்கு?'

'ஏழரைக்குங்க!'

'ஆறரைக்கே பத்து ஆளுங்க தொழிற்சாலை வாசல்லே நிக் கட்டும். சில பேர் முன்னாலே வந்தாலும் வந்துடுவாங்க. முதல்லே 'சகோதரர்களே, உள்ளே போகாதீர்கள்'னுதான் கேட்டுக்கணும். நூறடி தள்ளியே இது நடக்கட்டும்...'

'நான் டவுன் ஹால்லேயிருந்து ஆறு மணிக்கு ஊர்வலம் ஆரம்பிச்சு ஏழு மணிக்குத் தொழிற்சாலைக்கு வந்துடறேன். என்னடா பன்னா?'

'துரை, அந்த இன்ஸ்பெக்டரு வந்திருக்காரு.'

'யாரு. ராஜசேகரனா?' என்றான் பெருமாள்.

'எதுக்குடா?'

'உங்களைப் பார்க்கணுமாம்.'

'என்னையா?' என்றான் துரை.

'ஆமாம்!'

'இரு பெருமாள் வரேன்!'

துரை தன் லுங்கியை அரைக் கட்டாகக் கட்டிக்கொண்டான். விரல் இடுக்கில் பிடித்த சிகரெட்டை மிதித்து அணைத்தான்.

வெளியே வந்தான்.

ராஜசேகரன் ஜீப்பில் உட்கார்ந்திருந்தார்.

துரை வாசலிலேயே நின்றான்.

ராஜசேகரன் இறங்கி வந்தார்.

'உங்களைத்தான் பார்க்கணும்னு வந்தேன்!'

'எதைப்பத்தி?'

'நாளைக்கு ஸ்டிரைக்கைப் பற்றி. அப்புறம் இன்னும் சில விஷயங்களைப் பற்றி...'

'இன்னும் சில விஷயங்கள்னா? புரியலை!'

'முந்தா நாள் நீங்க இங்கே கூட்டம் முடிந்தப்புறம் எங்கே போனீங்க?'

'டவுனுக்குப் போனேன். அங்கே இன்னொரு கூட்டம் இருந்தது.'

'எப்படிப் போனீங்க?'

'ஜீப்பிலே!'

'எந்த வழியா?'

'எனக்கு அதெல்லாம் ஞாபகமில்லை. நீங்க எதுக்கு இதெல்லாம் கேக்கறீங்க...'

'உங்க முகத்திலே என்ன காயம்?'

துரை தன் முகத்தைத் தடவிக்கொண்டான். உடனே தன் ஜிப்பாவின் மடக்கியிருந்த பாகத்தை விடுவித்துக்கொண்டு தன் வலது கையை மூடிக் கொண்டான்.

'கையிலே கூட காயம் ஏதாவது?' என்றார் ராஜசேகரன்.

'இன்ஸ்பெக்டர்! நீங்க எதுக்கு இதெல்லாம் என்னைக் கேக்கறீங்கன்னு புரியலை.'

'மிஸ்டர் துரை! தண்டலம் கிராமத்திலேயிருந்த ஒரு பெண்ணை யாரோ ஓர் ஆள் வந்து பலாத்காரம் பண்ண அவள் இறந்து போயிட்டாள். முந்தா நேத்து சாயங்காலம்!'

'என்னது! இறந்து போயிட்டாளா!' அவன் கேள்வியில் உண்மை யான ஆச்சரியம் இருந்தது.

'ஆமாம்!'

'பெண்ணா! ச்ச்ச்! டேய். பன்னா கேட்டியாடா இதை! இந்த மாதிரி அக்கிரமங்களெல்லாம் நடக்குது!'

பன்னா என்கிற பத்மநாபன் முகத்தில் ரத்தம் இழந்து நிற்பதைக் கவனித்தார் ராஜசேகரன்.

'இன்ஸ்பெக்டர்! நான் ஊரூரா பேச்சு பேச்சுன்னு சுத்தறவன். தண்டலம் கிராமம் எங்கே இருக்குதுன்னு எனக்குத் தெரியாது. அந்த வாய்க்கால் எங்கே இருக்குதுன்னும் எனக்குத் தெரியாது. ஏதாவது தெரிஞ்சா...'

'மிஸ்டர் துரை, வாய்க்காலா?'

'நீங்கதானே சொன்னீங்க... ஏதோ...'

'வாய்க்காலைப் பத்தியா? இல்லவே இல்லையே!'

'பின்னே, யார் சொன்னாங்க. வாய்க்காலோ என்னவோன்னு. பெருமாள்! பெருமாள்தான்... யாரோடயோ இதைப் பத்திப் பேசிக்கிட்டிருந்தான்... எனக்கு வேற வேலை இருக்குது. வேறே ஏதாவது கேக்கணுமா?'

ராஜசேகரன், 'இல்லை. உங்களுக்கு வேலை இருக்கும். நீங்க போங்க!' என்றார்.

துரை யூனியன் ஆபீசுக்கு உள்ளே சென்றுவிட்டான். அவனுக்குப் பாட்டில் தேவையாக இருந்தது.

ராஜசேகரன் ஜீப்பில் வந்து உட்கார்ந்துகொண்டார். 'அருணாசலம்! அவன்கூட ஒரு பையன் இருந்தானே, அதோ பார், அங்கே போறானே அவனை ஞாபகம் இருக்குதா?'

'அவன் எப்பவும் துரை கூடவே வருவான் சார். அன்னிக்கு ஜீப் ஓட்டிக்கிட்டு வந்தான்.'

பன்னா விடுவிடுவென்று நடப்பதைப் பார்த்தார். கடைத் தெருவின் கூட்டத்தினூடே அவன் திரும்பித் திரும்பிப் பார்ப்பதைக் கவனித்தார்.

நேராக ஜீப்பைச் செலுத்தினார்! பன்னாவின் பின்னாலேயே சென்று அவன் அருகில் நிறுத்தி, 'இந்தாபா, இங்கே வா' என்றார்.

பன்னா பயத்துடன், 'என்ன சார்!' என்றான்.

'எங்கே போறே?' என்றார்.

‘அதோ, அந்தச் சினிமாக் கொட்டகை வரைக்கும் போறேன் சார்.’

‘ஏறு, நான் கொண்டு விடறேன்.’

‘இல்லை சார்! நானே போய்க்கிறேன்!’

‘ஏர்றா.’

பன்னாவை அருணாசலம் பின்னால் தூக்கி உட்கார வைத்தான். ஜீப் புறப்பட்டது.

துரை யூனியன் ஆபீசின் பின்பக்கத்தில் தனியாக உட்கார்ந்து குறைந்த அளவு சோடா சேர்த்து ‘இங்கிலீஷ்’ அடித்துக் கொண்டிருந்தான்.

பெருமாள், ‘என்ன கேட்டாரு?’ என்றான்.

‘பொதுவாகத்தான் கேட்டான். அன்னிக்கு ஏதோ கொலையாமே!’

‘ஆமாம். துரை! பாவம் ஒரு சின்னப் பொண்ணு!’

‘ஏதாவது கண்டுபிடிச்சாங்களாமா?’

‘எங்கே?’

துரை தன் கையிலிருந்த சிகரெட் பாக்கெட்டை உதற, அது காலியாக இருக்க ‘பன்னா’ என்றான். ‘வெளியே நம்ம பய பன்னா நிப்பான், கூப்பிடறீங்களா?’

பெருமாள் வெளியே போய்ப் பார்த்து விட்டு, ‘இல்லையே!’ என்றான்.

‘எங்கே போய்ட்டான்? அங்கேதானே நிக்கச் சொன்னேன்!’

துரைக்குச் சற்று கவலை ஏற்பட்டது. வெளியே வந்தான். சுற்றிலும் பார்த்தான். எதிரே நாயர் கடையில் போய்ச் சிகரெட் வாங்கிக்கொண்டான். ‘நம்ம பையன் ஒருத்தன் வெடவெடன்னு உயரமா இங்கே நின்னுக்கிட்டிருந்தானே நாயர், அவனைப் பார்த்தீங்களா?’

‘ஆ யாளா? அவன் ஜீப்பிலே போயி!’

'ஜீப்பா?'

'போலீஸ்காரங்க வந்ததில்லே, அவரு அழைச்சுப் போயி!'

துரையின் போதை தெளிந்துவிட்டது. உடனே உள்ளே ஓடினான். 'பெருமாள்! பெருமாள்!' என்றான்.

'என்ன துரை?'

'நாலு ஆளுங்களைக் கூட்டி வாங்க... போலீஸ் ஸ்டேஷன் எங்கே இருக்குது?'

'ஏன் துரை?'

'பன்னாவை அழைச்சுட்டுப் போயிருக்கானாம் அந்த இன்ஸ்பெக்டர்!'

துரை போலீஸ் ஸ்டேஷனுக்குள் நுழைந்தபோது ராஜசேகரன் மேஜை விளிம்பில் உட்கார்ந்து தேநீர் சாப்பிட்டுக் கொண்டிருந்தார். எதிரே பவ்யமாகப் பன்னா நின்று கொண்டிருந்தான்...

'இன்ஸ்பெக்டர் என்ன இது? இந்த ஆளை நான் ஊர் முழுதும் தேடிட்டிருக்கேன். பன்னா வாடா!'

'இருங்க. இருங்க! இன்னும் கொஞ்ச நேரத்திலே வந்துடுவார் உங்க சிநேகிதர்!'

'இன்ஸ்பெக்டர்! எந்த ஆதாரத்திலே எந்தச் சட்டத்திலே நீங்க இந்த ஆளை இங்கே அழைத்து வந்து வைச்சிருக்கீங்க?'

'அதை நீங்க கேட்கக் கூடாது!'

'ஏன் கேட்கக் கூடாது? இவனை எப்படி நீங்க ஸ்டேஷனுக்கு அழைச்சு வரலாம்? கைது பண்ணீங்களா? வாரண்ட் கொண்டு வந்தீங்களா? என்ன இது சர்வாதிக்காரத்தனமா இருக்கு...!'

'நான் என்ன செஞ்சுட்டேன்னு இப்படிக் கத்துறீங்க? அவராத்தானே ஜீப்பிலே வந்தாரு! ஏன்யா பத்மநாபன், நாங்க உங்களை...'

'டேய், பன்னா! எப்படிடா இங்கே வந்தே?'

'சினிமா கொட்டகைக்குப் போறேன்னு சொன்னேன், துரை. ஜீப்பிலே போட்டுக்கிட்டு இங்கே கூட்டி வந்தாங்க...'

‘இன்ஸ்பெக்டர்! இது தகாது. நான் கம்ப்ளெய்ண்ட் கொடுக்கப் போறேன்…’

ராஜசேகரன் இதைக் கவனிக்கவில்லை. எஸ்.பி. அப்தாப் ஹுசேன் உள்ளே நுழைய அவர் எழுந்து நின்று சல்யூட் அடித்தார்.

‘என்ன ராஜசேகரன்! என்னப்பா துரை! ஒரே இரைச்சலா இருக்குது. நாளை கலாட்டாவுக்கு ஒத்திகையா?’

‘ஹுஸேன் சார். நீங்க வந்துட்டீங்க! இந்த ஸ்டேஷனிலே அக்கிரமம் நடக்குது! அராஜகம் நடக்குது. சென்ற மூணு மணி நேரமா இந்த ஆளை உங்க இன்ஸ்பெக்டர் ஸ்டேஷனுக்குள்ளே டிடெய்ன் பண்ணி வைச்சிருக்காரு. ஒரு விதமான வாரண்ட் எதுவும் இல்லாமே!’

‘என்ன இது ராஜசேகரன்?’

‘டேய், பன்னா! உன்னை அடிச்சாங்களாடா? தைரியமாச் சொல்லுடா!’

‘புடிச்சுத் தள்ளினாங்க சார்!’

‘அடிச்சிருக்காங்க! சொல்லப் பயப்படாறான்…’

‘என்ன இது? எனக்கு ஒண்ணுமே புரியலை. யார் இந்த ஆள்?’

‘சார், நேத்து மர்டர் விஷயமா, அந்த ஆளைக் கொஞ்சம் கேள்வி கேட்டேன்… அதுதான்!’

‘ஸ்டேஷனுக்கு எப்படி வந்தான்?’

‘நான் கூட்டி வந்தேன்!’

‘இல்லீங்க. அடிச்சு, உதைச்சு, மிரட்டி இழுத்து வந்திருக்காங்க! என்னடா, பன்னா சொல்லேண்டா!’

‘ஆமாங்க!’

‘யோவ்! பொய் சொல்லாதே!’ என்றான் அருணாசலம்.

‘அவன் முகத்தைப் பாருங்க. வீங்கி இருக்குது!’

‘சார்! நாங்க அவனைத் தொடக்கூட இல்லை!’

'ஹுஸேன் ஸாப்! நான் கம்ப்ளெய்ண்ட் கொடுக்கிறேன்!'

'இருங்க! இருங்க! என்ன நடந்தது இப்ப? சும்மா அலட்டிக் காதீங்க!'

'ஹுஸேன் ஸாப்! இந்த மாதிரி ஸ்டேஷனிலே ஒரு ஆளை நிறுத்தி வெச்சு உதைக்கிற காலமெல்லாம் பிரிட்டிஷ்காரனோட போயிடுச்சுன்னு உங்க இன்ஸ்பெக்டர் கிட்டே சொல்லுங்க! அது ஊரிலே பரவிச்சுன்னா நாளைக்கு என்ன ஆகும்கிறதை என்னாலே சொல்ல முடியாது. ஏற்கெனவே இவரைப் பத்தி என்கிட்டே நிறையப் பேர் புகார் சொன்னாங்க! லாரிக்காரங்கள்ளாம் ரொம்பச் சொன்னாங்க...'

'துரை! உங்களுக்கு என் மேலே ஏன் வெறுப்பு இருக்குதுன்னு எனக்குத் தெரியும். உங்களுக்கும் தெரியும்.'

'இருங்க ராஜசேகரன். இந்தாப்பா, உன் பேர் என்ன?'

'பத்மநாபன்!'

'உன்னை அடிச்சாங்களா?'

'ஆமாங்க!'

'என்ன இது ராஜசேகரன்?'

ராஜசேகரன் பத்மநாபனை ஆச்சர்யத்துடன் பார்த்தார்.

'துரை! நீங்க இந்த ஆளை அழைச்சுக்கிட்டுப் போங்க! உங்களுக்கு கம்ப்ளெய்ண்ட் இருந்தா இந்த ஆள் எழுதிக் கொடுக்கட்டும் விசாரிக்கிறேன்! நீங்க எல்லாம் போங்கப்பா! போங்கப்பா! ராஜசேகரன் கொஞ்சம் வாங்க!'

அவர்கள் சென்றதும், 'சார்! அவன் ஆடின நாடகத்தை எல்லாம் நீங்க நம்பறீங்களா?' என்று கேட்டார் ராஜசேகரன்.

'என்ன இது ராஜசேகரன்! எல்லாத்துக்கும் ஒரு முறை இருக்குது! யார் இந்த பத்மநாபன்?'

'துரையோட ஆளு!'

'அவனை எதுக்கு இங்கே கூட்டிக்கிட்டு வந்தீங்க?'

'உங்களுக்கு முதல்லேயிருந்து விவரமாகச் சொல்றேன் சார்!'

துரை பன்னாவைத் தனியாக ஒரு காப்பி ஹோட்டலுக்கு அழைத்துச் சென்றான். ஒரு மூலையில் காலியாக இருந்த மேஜையில் இருவரும் உட்கார்ந்துகொண்டார்கள். இரண்டு காப்பி ஆர்டர் செய்து அது வந்ததும் பில்லை வாங்கிக் கொண்டு சர்வர் போனதும், 'சொல்லுடா!' என்றான்.

பன்னாவின் விரல்கள் நடுங்கக் காப்பி கீழே சிந்தியது.

'துரை! அந்த ஆள் உன்னைச் சந்தேகப்படறாரு.'

'என்ன கேட்டான். நீ என்ன சொன்னே?'

'அன்னிக்குச் சாயங்காலம் கூட்டம் முடிஞ்சுதே, அதுக்கப்புறம் எங்கே போனேன்னு கேட்டான். நான் டவுனுக்குப் போனேன்னு சொன்னேன். ஜீப்பை யார் ஓட்டினா? அந்த மாலையை எங்கே வைச்சுக்கிட்டிருந்தீங்க? என்றெல்லாம் கேட்டான்.'

'மாலையா?'

'ஆமாம். கூட்டத்திலே மாலை போட்டாங்களே, அதைப் பத்தித் திருப்பித் திருப்பிக் கேட்டான். அப்புறம் நம்மகூட ஜீப்பிலே வந்த மாதிரி அவ்வளவு கரெக்டாச் சொல்றான் துரை.'

'என்ன சொல்றான்?'

'ஜீப்பை வாய்க்கால் கரைப் பக்கம் நிறுத்தினியா? அங்கே ஒரு பொண்ணு குளிச்சிக்கிட்டிருந்ததை தூரத்திலேயிருந்து பார்த்தீங்களா? அங்கே ரெண்டு பேரும் போனீங்களா? துரை மட்டும் தனியாகப் போனானா?'

'அதுக்கெல்லாம் நீ என்னடா சொன்னே?'

'நானா! சே! நான், 'அப்படியெல்லாம் ஒண்ணுமே நடக்கலை. இல்லை'ன்னுதான் சொன்னேன். 'பெரிய பள்ளத்தை வுட்டு நேரா டவுனுக்குப் போனோம். அவ்வளவுதான்'னேன். ஆனால், அவன் கேக்கற விதமே வேறே மாதிரி இருந்தது. எல்லாம் நடந்தது, அதுக்கப்புறம் என்ன செஞ்சிங்கன்னு திருப்பித் திருப்பி அந்த இடத்தைப் பற்றியே கேக்கறான்?'

'நீ என்னடா சொன்னே?'

'தெரியாதுன்னுதான் சொன்னேன்... இருந்தாலும் கொஞ்சம் முன்னே பின்னே ஆயிடுச்சு! துரை, அவனுக்கு எப்படித் தெரிஞ்சுது துரை?'

'போடா...' கையை ஓங்கினான்.

'அடிக்காதே துரை! துரை நீ பார்க்கறது சரியாயில்லை. நான் சத்தியமா ஒண்ணும் சொல்லலை துரை! துரை! என்னை இதிலே மாட்டி விட்டுடாதே துரை!'

'மாலைன்னா சொன்னான்! மாலை என்கிட்டேதான் இருந்தது. ராத்திரி திரும்பி வரபோது ரெண்டு மாலை இருந்துதே!'

'பூ ஏதாவது விளுந்திருக்குமோ?'

'சொன்னானா?'

'நாம அந்த இடத்திலே இருந்ததுக்கு ஆதாரம் இருக்குதுன்னு சொல்றான்!'

'சும்மா விட்டிருக்கான். அப்படி ஏதாவது இருந்தா என்னை ஏன் கைது பண்ணலையாம்? அவன்கிட்டே ஆதாரம் இல்லை. சந்தேகம்தான் இருக்கும். பன்னா! போலீஸ்காரங்க மறுபடியும் வந்து இதைப் பத்திக் கேட்டா நீ ஸ்பஷ்டமா... எழுதிக்கிட்டாங் களாடா அப்ப?'

'இல்லை துரை! ரொம்பச் சிநேகமாகத்தான் கேட்டான். தொடலை.'

'எல்லாத்தையும் மற! உன்னை... ஸ்டேஷன்லே அடிச்சாங்க தெரியுமா? அடிச்சு ஸ்டேட்மெண்டிலே கையெழுத்துப் போடச் சொன்னாங்க. தப்புத் தப்பா சொல்லச் சொன்னாங்க. அதுக்குள்ளே நாங்க வந்துட்டோம். தெரியுமா? அதுதான் உண்மை! அதுதான் நிஜம். தெரியுதா?'

'தெரியுது துரை! அந்தப் பொண்ணு போயிடுச்சாம் துரை! என்னதான் செஞ்சே?'

'எக்கச்சக்கமா விழுந்திடுச்சு! அல்பாயுசு! பன்னா, அந்தப் பொண் ணுக்கு ஆன கதி உன் தங்கச்சிக்கும் ஆகவேண்டாம். புரியுதா?'

'புரியுது துரை.'

‘உண்மையா நடந்தது என்ன?’

‘ஸ்டேஷன்லே என்னை அடிச்சாங்க! ஸ்டேஷன்லே கையெழுத்து போடச் சொன்னாங்க?’

‘சபாஷ்... ராஜசேகரா, எங்கிட்ட விளையாடுறியா நீ? உன்னைக் கவனிக்கிற விதத்திலே கவனிக்கணும்...’ துரை யோசித்தான். ‘பன்னா! இன்னொரு காரியம் செய். நேரா டவுனுக்குப் போ. நம்ம பேட்டைக்குப் போ. அங்கே வெங்கடசாமிகிட்ட போய் நான் சொன்னதாகச் சொல்லு!’ நாளைக்கு விடியக்காலை யிலேயே ஒரு அம்பது ஆளாவது வேணும்னு சொல்லு!’

அஃப்தாப் ஹுசேன் சற்று நேரம் ராஜசேகரனையே பார்த்துக் கொண்டிருந்தார்.

‘அவனைக் கைது பண்ணணுமா? எதற்கு?’

‘அவன்தான் சார்!’

‘என்ன எவிடன்ஸ் இருக்கிறது உங்களிடம், நம்மிடம்? இந்த ரோஜாப் பூ? ஜரிகை இழை!’

‘அந்த பத்மநாபனுடன் நான் பேசினேன் சார்.’

‘டோட்டலி இம்மெட்டீரியல்! அவன் ஒவ்வொரு வார்த்தையை யும் டினை பண்ணுவான். ரிக்கார்ட் பண்ணீங்களா? இல்லை, பேசினீர்கள். அவ்வளவுதான். அவன் என்ன சொன்னான்... முன்னுக்குப் பின் முரணாகச் சொன்னான்...’

‘சார்! எல்லாம் பொருந்துகிறது! அவன் கூட்டத்தை விட்டுக் கிளம்பிய சமயம்... சென்ற பாதை... அவன் கன்னத்தில் நகக் கீறலைப் பார்த்தேன். அவன் கையில் காயம் இருக்கிறது. அந்த ரோஜாப் பூ!’

‘ராஜசேகரன்! நீங்க சற்று நேரம் இந்தக் கேஸை மாஜிஸ்ட்ரேட் கோர்ட்டில் நடத்தப்போகும் ப்ராஸிக்யூட்டிங் இன்ஸ்பெக்டராக உங்களை நினைத்துக் கொள்ளுங்கள். எப்படி நடத்துவீர்கள்? மெட்டீரியல் எவிடன்ஸ் என்ன? ஒரு பூ! இட் கன் பி எனி ஃப்ளவர்! எப்படி அந்தப் பூ அந்தச் சமயத்தில் அவன் வைத்திருந் தது அங்கு விழுந்தது என்று நிரூபிப்பீர்கள்? அப்புறம் என்ன? இரண்டு காயங்கள்! காயங்கள் அந்தப் பெண்ணால் ஏற்பட்டது

என்று எப்படி நிரூபிப்பீர்கள்? யார் பார்த்திருப்பார்கள்? அந்த பத்மநாபன் கூட இருந்தானா? அவன் பார்த்தானா? பார்த்தால் 'நான் பார்த்தேன். அவன் அந்தப் பெண்ணைப் பலாத்காரம் செய்தான்' என்று சாட்சியம் சொல்வானா? எதற்காகச் சொல்ல வேண்டும்? நீங்களே சற்று முன் பார்த்தீர்கள். நீங்கள் தொட வில்லை. 'அடித்தான்' என்று சொன்னான்! அவன் எதற்காக உண்மை சொல்லவேண்டும்? நீங்கள் தரப் போகும் சாட்சியங்கள் எத்தனை? ஒரு ரோஜா, இரண்டு காயங்கள்! போதுமா?'

ராஜசேகரன் யோசித்தார். 'போதாது' என்றார். 'அவன்தான் சார். அவன்தான்! அவன்தான்! எனக்குக் குற்றவாளிகளைத் தெரியும். அவன் கண்ணில் தெரிகிறது. உடம்பினுள் ஒவ்வோர் எலும்பி லும் நான் உணர்கிறேன். அமானுஷ்யமாக அவன்தான், அவன் தான் என்று!'

'போதாது. நீங்கள் இதுவரையில் கண்டுபிடித்ததன்மூலம் நான் என்ன நினைப்பேன் தெரியுமா? துரை என்பவன் அதைச் செய்திருக்கலாம். அவ்வளவுதான்!'

'நம் சட்டங்கள் மிகவும் குறைபட்டவை.'

'இல்லை! நம் சட்டங்கள் பெரும்பான்மையான சமயங்களில் பெரும்பான்மையான குற்றங்களைத் தண்டிக்க உதவுகின்றன. எல்லாக் குற்றங்களுக்கும் எல்லா நல்ல காரியங்களுக்கும் தாக்குப் பிடிக்கக் கூடியவர் ஒருவரே ஒருவர் அல்லவா! நாளை மறியலைப் பற்றிக் கொஞ்சம் பார்க்கலாமா?'

நான்காம் தினம்

ராஜசேகரன் கனவில் அந்தத் தாவணி, ஊஞ்சல், அந்தச் சலங்கை, அந்தக் கிழவன் விசிறி எறிந்த நோட்டுக்கள், உடைந்த வளையல்கள், ஒற்றை ரோஜா!

ரோஜா ரத்த மலராக விரிந்தது. ஒரு புதிய உயிருடன் அதன் இதழ்கள் மெதுவாக விரிந்துகொண்டன.

ஆளரவமே இல்லாத மிகக் காலியான தெருவில் அவர் தம் கால் பூட்ஸ்கள் ஒலிக்க நடந்து கொண்டிருந்தார்.

எதிரே சூரியன் மெதுவாகத் தண்ணீரில் அமிழ்ந்து கொண்டிருக்க அது முழுவதும் முங்கியதும் அவருக்கு அதீத சோகம் ஏற்பட்டது.

அலாரம் கடிகாரம் அடித்து விழித்தார். சரளா முன்பே எழுந்து விட்டிருந்தாள். அவள் சப்தம் சமையல் அறையில் கேட்டது.

இன்று வேலை நிறுத்தம் என்ற ஞாபகம் வந்ததும் உடனே பல் தேய்த்து முகம் கழுவிக்கொண்டு வந்தார்.

'என்னங்க, இன்னிக்குத்தானே மறியல்?'

'ஆமாம், ஸ்டிரைக்!'

‘அடிதடி நடக்குமா?’

‘ம்ஹூம். நடக்காதுன்னு நினைக்கிறேன்.’

‘எத்தனை மணிக்குத் திரும்பி வருவீங்க?’

‘சாப்பிட வந்துட்டு மறுபடியும் போறேன். ஆனால், எனக்காகக் காத்திருக்காதே!’

‘...’

‘ஏன் பேசலை? எனக்காகக் காத்திருக்காதே! புருஷன் சாப்ட்டுட்டு அப்புறம்தான் மனைவி சாப்பிடணும் என்பதெல்லாம் திருவள்ளுவரோட போயிடுச்சு!’

‘சரிங்க!’

அவள் குரலில் அலுப்பு தொனித்தது.

‘இத பாரு! நாளைக்கு இதெல்லாம் முடிஞ்ச உடனே... லீவு எடுத்துக்கப் போகிறேன். எக்கேடு கெட்டும் போகட்டும்... எவன் எவனைக் கொன்னா எனக்கு என்ன? ஒரு நாளைக்கு... உனக்காக ஒரு நாள்... நாளைக்கு!’

‘சாயங்காலம் மறுபடியும் ஞாபகப்படுத்தறேன். அப்ப இதைச் சொல்லுங்க!’

‘நீ வேணாப் பாரேன்! எனக்கும் அலுத்துப் போச்சு! அந்தப் பெண்ணைக் கொன்னவன் யாருன்னு எனக்குத் தெரியுது... மத்தவங்களுக்குத் தெரிவிக்க முடியலை! சட்டத்துக்கு, கோர்ட்டுக்கு அதைத் தெரிவிக்க முடியலை.’

‘யாருங்க அது?’

‘எவனோ ஒருத்தன்! அவனை நான் கைது பண்ண முடியாதவரைக்கும் எவனா இருந்தால் என்ன? ஸி.ஆர்.பி.ஆர். புஸ்தகத்திலே அவனைக் கைது பண்றதுக்கு விதி இல்லை! பத்தலை! விடு.’

‘நீங்க அந்த ஆளைக் கண்டு பிடிச்சிட்டீங்களா?’

‘கண்டுபிடிச்சேன். பிரயோசனமில்லை! சாட்சிகளே கிடையாது. நாளைக்கு என் சரளாவோட முழு நாளும் வீட்டிலேயே இருக்கப் போறேன்.’

'தேவலையே! என் ராஜா!'

ஆலைக்கு வெளியே அரை வட்டமாக ஹெல்மட் அணிந்த போலீஸார் நின்றுகொண்டிருந்தனர். அவர்களில் பெரும்பாலானோர் கையில் கழி வைத்திருந்தார்கள். சிலரிடம் துப்பாக்கி இருந்தது. அருகே போலீஸ் ஜீப்பில் ரேடியோ அமைந்திருந்தது. கருநீல வானில் மேலும் சிலர் உட்கார்ந்து கொண்டிருந்தார்கள்.

ராஜசேகரன் ஜீப்பின் அருகில் நின்று கொண்டு ஹுஸேனுடன் பேசிக்கொண்டிருந்தார். கண்ணீர்ப் புகை ஜெல்கள் தயாராக இருந்தன. துப்பாக்கிகளில் தோட்டாக்கள் இருந்தன.

பெரிய பேனர்களும் அட்டையில் எழுதிய வாசகங்களுமாகச் சுமார் நூறு பேர் கத்திக்கொண்டிருந்தார்கள்.

'இன்குலாப்...'

'ஜிந்தாபாத்!'

'தொழிலாளர் ஒற்றுமை...'

'ஓங்குக!'

ஆலையின் டைரக்டர் உள்ளே இருந்தார். ஆலையின் பாதுகாப்பு அதிகாரி, ஹுஸேனுடன் நின்றுகொண்டிருந்தார். ஆலையின் கம்பிக் கதவுகள் மூடியிருந்தன. சுவர்களில் ஆளுயர எழுத்துக்கள் எல்லோரையும் திட்டின.

இந்த மாதிரி சந்தர்ப்பங்களில் போலீஸ்காரர்கள் மிகவும் ஆபத்தான சூழ்நிலையில் இருக்கிறார்கள். அவர்களுக்கு எதிரே இருப்பது ஒரு கூட்டம். பெயரில்லாத கூட்டம். அந்தக் கூட்டத்தைப் பொருத்தவரை எதிரே இருக்கும் காக்கிச் சட்டை ஒரு ராமனோ, முத்துக்கிருஷ்ண நாயுடுவோ, இஷான் பாஷாவோ இல்லை! அரசாங்கம்! அரசாங்கத்தின்மேல், அதிகாரத்தின்மேல் அவர்களுக்கு இருக்கும் ஏமாற்றம், பயம், வெறுப்பு எல்லாம் ஒன்று சேர்ந்த உருவகம்!

இவர்களிடம் ஆயுதம் இருக்கிறது. அவர்களிடம் ஆயுதம் இல்லை. இவர்கள் குறைந்த எண்ணிக்கை. அவர்கள் எண்ணிக்கையில் அதிகப்படியானவர்கள். இந்தச் சூழ்நிலையின் அடிப்படையில் ஒரு வெடிகுண்டு போன்ற ஆபத்தான அமைப்பு இருக்கிறது.

நான் ஒரு போலீஸ்காரனாக இருந்தால் எனக்கு எதிரே இருக்கும் முகமற்ற நூற்றுக்கணக்கான தலைகளையும் அவை ஒன்று சேர்ந்து செய்யும் கோஷத்தையும் கண்டு கலவரப்பட்டிருப்பேன். அவர்கள் நிதானமாக இருந்தார்கள். ஹுசேன் சிகரெட் பிடித்தார். ராஜசேகரன் தரையில் பூட்ஸ் காலால் வட்டங்கள் வரைந்துகொண்டிருந்தார். தம்மை அறியாமல் ஒரு வட்டத்தின் நடுவில் கையில் இருந்த கோலால் ஒரு ரோஜா வரைந்தார்.

அப்போது ஜீப்பின்மேல் நடுநாயகமாக உட்கார்ந்துகொண்டு, கழுத்தில் மாலை அணிந்துகொண்டு, சேவித்துக்கொண்டு, துரை ஊர்வலமாக அவர்களை நோக்கி வர... அவனைச் சூழ்ந்து அவன் பின்னே சுமார் ஆயிரம் பேர், தருவிக்கப்பட்ட ஆவேசத்துடன், வாழ்க கூச்சல்களும், ஒழிக கூச்சலுமாக வந்தார்கள்.

போலீஸ்காரர்கள் தயாரானார்கள்.

துரைக்கு அருகிலே இருந்தவர்கள் உள்ளூர்க்காரர்கள் இல்லை. அவர்கள் கையில் கம்பும் கழியும் வைத்திருந்தார்கள். இரும்புப் பூணும் முரட்டுச் செருப்பும் அவர்கள் நல்ல காரியத்துக்காக வரவில்லை என்பதைத் தெரிவித்தன.

துரை குனிந்து அவர்களைக் கூப்பிட்டான். *'வேங்கடசாமி!'* என்றான்.

'என்ன துரை?'

'அதோ பார். அந்த ஜீப்புக்குப் பக்கத்தில் தனியா நிக்கிறானே கீழே குனிஞ்சுக்கிட்டு! தெரியுதா?'

'தெரியுது துரை!'

'அவன்தான்.'

'சரி துரை. டேய் சங்கிலி!'

போலீஸின் அரை வட்டச் சங்கிலி இறுகியது. புதிதாக வந்தவர் களின் உற்சாகத்தில் சோர்ந்துபோயிருந்தவர்களின் குரல் எழும்பியது.

இங்கிலீஷில், தமிழில் எழுதப்பட்ட அட்டைகள் நடனமாடின. அந்தத் தலைகள்... கொஞ்சம் கொஞ்சமாகக் கிட்டக் கிட்ட நெருங்கின. போலீஸ் அமைத்த அரை வட்டம் சற்றுக் குறுக

ஆரம்பித்தது. குறுகிய அரை வட்டத்தைப் பெரிதுபடுத்த அவர்கள் முயன்றார்கள். மனித வெள்ளத்தையே நடுவே பிரித்துத் துரைக்கு வழி விட்டார்கள். துரையின் பின்னால் பெருமாள் வந்தான். ராஜசேகரன் சற்றுப் பின்தங்கி வந்தார்.

அந்த அரைவட்ட இடத்தை ஸ்திரமாக வைத்திருப்பது மிகவும் கஷ்டமாக இருந்தது. அடிக்கடி அதன் வடிவம் மாறிக் கொண்டிருந்தது. எல்லோருக்கும் எச்சில் உலரக் கத்தும் ஆவேசம் ஏறியிருந்தது.

இப்பவும் நிலைமை மோசமாகவில்லை.

துரை அவர்களினின்று விடுபட்டு முன் வந்தான். அவன் மட்டும் ராஜசேகரனைப் பார்த்து 'வணக்கம்!' என்றான். தன் மாலையில் இருந்த ஒரு ரோஜாவை எடுத்து அவருக்கு அளித்தான். ஜனங்கள் கை தட்டினார்கள்.

துரையை மிக அழகாக நோக்கினார் ராஜசேகரன். 'உன்னை யார் பெற்றார்கள்? யார் வளர்த்தார்கள்? எந்தப் பள்ளியில் படித்தாய்? எப்படி ஒரு பெண்ணைச் சேதம் செய்துவிட்டு, கொன்றுவிட்டு இரண்டு நாட்களில் புன்முறுவலுடன் தெரிந்தே அந்த ரோஜாவை எனக்கு அளிக்கிறாய்? எப்படிப்பட்ட மிருகம் நீ...'

'வணக்கம் ஹுசேன் ஸார்! நாங்கள் கலாட்டா செய்ய வரவில்லை. பத்தே பத்து பேரு டைரக்டரைப் போய்ப் பார்க்க விடுங்க போதும்! இந்தப் பெட்டிஷனைக் கொடுத்துவிட்டால் போதும்!'

'யூனியன் காரியதரிசி மட்டும் போனால் போதும் சார்!' என்றார் ராஜசேகரன்.

'இல்லீங்க. துரையும் வருவார்' என்றார் பெருமாள்.

'என்னடா சொல்றாங்க போலீஸு?' ஏதோ ஒரு குரல்.

'உள்ளே விட மாட்டார்களாம். நம்ம நியாயமான கோரிக்கையைக் கொடுக்க விட மாட்டாங்களாம்பா!'

'ஏய்!' என்றான் ஒருவன்.

அவர்களுக்கு மிக அருகில் இருந்தார் ராஜசேகரன். அவர் பதற்றப்படவில்லை.

'ஒருத்தர், ரெண்டு பேர் போனாப் போதும்.'

'பத்துப் பேர் போகணும்!' என்றான் துரை.

'சங்கிலி, முன்னே வாடா!'

ஹெல்மெட் போலீஸார் மிகவும் கஷ்டப்பட்டு இந்த மனித அலைக்கு அணை போட்டுக்கொண்டிருந்தார்கள்.

ஹுஸேன், 'ராஜசேகரன்! பத்துப் பேரை விடுங்க. கூட கான்ஸ்டபிள்களை அனுப்பி உள்ளே கூட்டிப் போகலாம்!' என்று உத்தரவிட்டார்.

ராஜசேகரன் ஹுஸேனை ஏமாற்றத்துடன் பார்த்தார். போலீஸ் சங்கிலி கொஞ்சம் விலக்கப்பட்டு துரை, பெருமாள் உள்பட பத்து பேர் தபதபவென்று வட்டத்துக்குள் வந்தனர்.

பத்துப் பேருடன் நிற்கவில்லை. பதினைந்து பேர்... இருபது... ஐம்பது...

விடுபட்டவர்கள் உள்ளே ஆலையை நோக்கி ஓடினார்கள். அவர்களைச் சில போலீஸ்காரர்கள் துரத்தினார்கள்.

போலீஸ் சர்க்கிள் சிதறுண்டது. அங்கங்கே பிய்த்துக்கொண்டு மக்கள் உள்ளே வந்து விட்டார்கள்.

இப்போது அந்த இடம் கலைக்கப்பட்ட தேனீக் கூடுபோல் மாறி விட்டது.

ஹுசேன் எச்சரிக்கை தந்தார். ராஜசேகரன் உரத்த குரலில் கத்தினார். தடியடிப் பிரயோகத்துக்கு ஆணையிட்டார். எங்கிருந்தோ கற்கள் பறந்தன. பாதுகாப்பு அதிகாரியின் முகத்தைச் சிதைத்தது ஒன்று. ராஜசேகரன் முரட்டுத்தனமாகத் தம்மை அந்தச் சூழலிலிருந்து விடுவித்துக்கொள்ள முயன்றபோது தம்மைச் சுற்றிச் சுமார் ஐம்பது பேர் குவிந்திருப்பதைப் பார்த்தார்.

ஹுஸேன் உடனே நிலைமையின் தீவிரத்தை உணர்ந்து, 'ஷூட்! ராஜசேகரன்! ஷூட்' என்றார்.

ராஜசேகரன் ரிவால்வரால் வானத்தை நோக்கிச் சுட்டார்.

அவர் மண்டையில் இரும்புப் பூண் போட்ட கம்பு வெடித்தது. தோளில், உடம்பில், மார்பில்...

இப்போது நிலைமையை விவரிப்பது கஷ்டமாக இருந்தது. கண்ணீர்ப் புகையின் வெண் மேகங்கள், துப்பாக்கி ஒலி, எதிரொலி.

கன்னா பின்னாவென்று ஓடும் ஜனங்கள்.

நெற்றியில் வழிந்த ரத்தம் ராஜசேகரனின் கண்களை மறைத்தது. இருந்தும் எதிரே ஓடும் துரையைப் பார்த்து விட்டார்.

ராஜசேகரன் குறி வைத்தார்.

சுட்டார்.

ஓடும் துரை அப்படியே மடங்கி விழுவதைப் பார்த்ததும்தான் அவர் ஞாபகம் தப்பியது.

முடிவுரை

மாலை, பெரிய பள்ளத்தில் இருபத்து நாலு மணி நேர ஊரடங்கு உத்தரவு போட்டிருந்ததால் பெரும் பாலான கடைகள் மூடிக் கிடந்தன. தெருவில் நடமாட்டம் இல்லை. ஒரே ஒரு ஆள் மட்டும் வேகமாக நடந்து பாதி மட்டும் திறந்திருந்த ஒரு ஹோட்டலுக்கு உள்ளே குனிந்து நுழைந்து கூப்பிட்டான்.

ஹோட்டல் முதலாளி வேஷ்டியை மடக்கிக் கொண்டு ஓர் அறையை விட்டு வெளியே வந்து, 'இன்னிக்குக் கடையெல்லாம் பந்த். ஒண்ணும் கிடையாது!' என்றார்.

'நான் சாப்பிட வரவில்லை அய்யரே! கொஞ்சம் ரேடியோ போடுங்க. மாநிலச் செய்திகள்ளே சொல் றானாம் இன்னிக் காலையிலே நடந்த மறியல் பத்தி!'

'அப்படியா?' என்று அவர் ஒரு ஸ்டூலை எடுத்துப் போட்டுக்கொண்டு அதன் மேல் ஏறி ரேடியோவை இயக்கினார்.

அது சூடு பெற்று அதன் பச்சைக் கண் ஒன்று சேர்ந் ததும் பேசியது. '... ... . ல்லாவில் பெரிய பள்ளத்தில் இன்று காலை ஒரு சர்க்கரை ஆலையின்முன் நடந்த ஆர்ப்பாட்டத்தில் போலீசார்

சுட்டதாகத் தகவல் தெரிகிறது. இரண்டு பேர் இறந்ததாகவும் பதினெட்டு பேருக்குக் காயம் என்றும் சொல்லப்படுகிறது. இறந்தவர்களில் ஒருவர் போலீஸ் இன்ஸ்பெக்டர் ராஜசேகரன் என்றும், மற்றொருவர் தொழிலாளர் தலைவர் ஏ.கே. துரை என்றும் தெரிகிறது. முதலமைச்சர் அது பற்றிய அவசரப் பிரேரணையில் சட்டசபையில் பேசும் போது அந்தச் சம்பவம் பற்றி நீதி விசாரணை செய்யப்படும் என்று அறிவித்தார்...
